अभिप्राय

विविधांगी अनुभवांचा 'जागल्या'

भारतात विशिष्ट जातीत जन्माला आल्यामुळे येणाऱ्या विविध प्रकारच्या अनुभवांचा साठा या कथासंग्रहात वाचायला मिळतो. या अनुभवांतील दुःखाची झळ वाचकांपर्यंत पोचूनही त्याच्या मांडणीत ऊरबडवा आक्रोश दिसत नाही.

मुंबई, तरुण भारत, ४.७.१९९९

जागल्या

दया पवार

मेहता पब्लिशिंग हाऊस

JAGLYA by DAYA PAWAR

जागल्या : दया पवार / कथासंग्रह

Email : author@mehtapublishinghouse.com

© श्रीमती हिरा पवार

प्रकाशक   : सुनील अनिल मेहता, मेहता पब्लिशिंग हाऊस,
              १९४१, सदाशिव पेठ, माडीवाले कॉलनी, पुणे – ४११०३०.

मुखपृष्ठ   : विवेक सबनीस

प्रकाशनकाल : फेब्रुवारी, १९९९ / जानेवारी, २००९ / पुनर्मुद्रण : फेब्रुवारी, २०१७

P Book ISBN 9788171618682

E Book ISBN 9789386454195

E Books available on : play.google.com/store/books
                            www.amazon.in

–''माझा नातू
चि. प्रतिकच्या निरागस खोडकरपणास...''

अनुक्रमणिका

सहावा पांडव

रातीच्या बाराच्या ठोक्याला नाटक व्हतं. शिवाजी मंदिराकडं पाय वळलं. बघतो तो काय? बोर्डावर भलतंच नाटक– 'जांभुळ आख्यान'. च्यामारी! कीर्तनाला आलू असं वाटतं. टाइमपास करायचाच व्हता. पिटाचं तिकीट काढलं. झपाझप वरल्या मजल्यावर गेलू. थेटरात अंधार, गचकं खात खुर्चीवर बूड ट्याकलं.

नाटकाचा इषय वळखीचा निघाला. आपलं ते महाभारत. पन यासाचं नक्व्तं. पाहिलेली धुरपदा लयी अफलातून. इठ्ठल उमपनं सजवलेली मातीतली वाटली. महाभारत सांगणाऱ्या यासाचं टकुरं फिरलं अशी. धुरपदा वनात रमत गमत फिरत अस्ती. टपोरं जांभुळ ती झाडावर बघती. आत तिचं मन पाघुळतं, तिला कर्नाची आठवन येती, सारखी झुरनीला लागती. काळं निळं जांभुळ, जीभ निळी जांभळी व्हनार. मनातल्या मनात धुरपदा हरकून जाते.

नाटक रंगात आलेलं, 'करनाला पाहूनी धुरपदा पाघळली,' ही गाण्याची झील ढाल्या सुरात वर वर जढत जाती. पुढं काय व्हतं ते टवकारून बघू लागलो. मधीच तमाखूची सय होती, चंची सोडतो. कुना पहात न्हायी असं बघूनशान तमाखू हातावर मळतो, गोळी व्हटाखाली सारतो, तंद्री लागते.

म्या मला चाचपून बघतो आपला, तमाखू चढली की काय? दुसरंच नाटक दिसू लागलेलं. भला थोरला राजवाडा, हातात चरखा घेतलेली धुरपदा राजवाड्यात एकटीच येरझरा घालतेय. तिच्या

अंगावर लुगडं नव्हतं. झिळमिळीत रेशमी साडी व्हती. धुरपदानं लांबसडक केस कापलेलं, बॉब कट की काय म्हनत्यात, तसे लांडे. दुसासनाच्या हातात केस येवू न्हायी म्हणूनश्यान तर ही युगत केली नसावी? असं उगाचच मला वाटलं.

डोळ्यात पराण आनून धुरपदा आता खिडकीत उभी. कुनाची तरी वाट पाहतेय, बघतो तो काय इय्याऽऽ इय्याऽऽ करीत रथ राजवाड्याकडे सुसाट येतोय, भगवा फेटा बांधलेला. तिरकमठा घेतलेला कर्न टुनकन उडी मारून खाली उतरतो. धुरपदा हरकते. राजबिंडे रूपडे, टपोरे डोळे, काळ्याभोर जांभळासारखे. धुरपदा खुदकन हासते. पायऱ्या चढून कर्न महालात येतो. धुरपदा लाजून चूर. काय बोलावं हे तिला कळेना. कर्नच बांडी पाडतो.
'सहजच आलू व्तो. पांडव घरात न्हायीत काय?'
'ते गेलेत शिकारीला. भगवी पाखरं पकडायला.'
'त्यास्नी म्हणावं काळजी करू नका. मी कवाच जाळं लावलंय.'
'आमाला नुस्ती शिकार नगं. शिकारीही हवा की' ते बोलत असताना धुरपदाचे गाल तिरंगी झाले व्ते.
'आंधळा मागतो एक डोळा, तसं वाटलं बघा. तुमाला जवा पहिल्यांदा पाहिलं, मीच पन जिंकणार व्तो. पन तुमी सुत पुत्र म्हणून अपमान केलात. शहान्नव कुळी नव्हतो ना मी—
'बापुजींचं म्हंजे मद्या बाय ऐकलं तवा काय कळत नव्हतं. कुंती आत्याबाईनं सारं सांगितलं. तुमी सहावे पांडव म्हणून तवापास्न तुमचाच ध्यास घेतलाय.'
'लवकरच आपल्या भेटीचा योग येईल. तुमच्याकडं यायचं म्हंजी जोखमीचं काम. लपत छपत आलोय. कौरवांचं दूत सारखे पाळतीवर असत्यात, येतो आता.'
'गुळपानी तर घ्या.'
'नको, कायमचा येतो पंचपक्वान्न झोडायला.'
कर्न गेल्यापाठी धुरपदा गिरक्या घेत गानं गुणगुणतेय.
'मह्या जाळ्यात घावला मासा.'
बातमी वाऱ्यासारखी कौरवांच्या भवनात पोहचली. हाहाकार

माजला. पाखरू उडालं. धुरपदानं त्याला भुरळ घातली. कालचा मैतर ह्यानं ह्यो फटका केला म्हणूनशयान दुर्योधन हात ओढ खाऊ लागलेला. आंधळा धृतराष्ट्र पिंजऱ्यातल्या पिंजऱ्यात येरझरा घालीत वाघासारखा डरकाळ्या फोडू लागला.

गद्दार फितुरी केली. भटक भवानीला भाळला. दरक्षाचा घड घ्यायची लायकी नव्हती, तो आता दरक्षाचा मळा पिकवतोय, 'दुर्योधना, बघतोस काय? सेना पाठव. नाकेबंदी कर. आमच्याशी गाठ हाये म्हणावं, कडेलोट करू!'

पुढली दोन-तीन दिवस राजसभेत गोंधळ, खुर्च्यांची फेकाफेक, सिंहासनाची मोडतोड, राजदंडाची पळवापळवी. विदुराच्या हाताला जखम, दगाफटका करून कर्णाला पळवून न्यायची हाकाटी.

पांडवांच्या राजवाड्यात आनंदीआनंद. धुरपदा कर्णाला ओवाळीत हाये. त्याच्या पुढ्यात रांगोळी उदबत्त्याचा घमघमाट. पाची पक्वान्नांची ताटे.

उंचावरून जांभुळ तोडलं खरं, पन आता सत्तेच्या फांदीला कसं चिकटावं हा धर्मराज्याला सवाल. पाईप पेटवून धर्मराज इच्यारात पडलेला. नकुल, सहदेव घुश्श्यात तिथं येतात, न राहवून नक्कुल बोलू लागतो.

'बंधो आमचं काय? सहावा पांडव आलाय. आता धुरपदाच्या वाटणीचे आमचे दिवस कमी व्हनार!' सहदेवानेही री वडली.

'ये बघा डोक्यात राख घालू नका. मी आता म्हातारा झालोय. माझे दिवस हेच तर तुमी घ्या.' दोघेही खूश, गळ्यात गळे घालतात.

राजकारभाराच्या फांदीच्या कर्णाला चिकटावं म्हणूनशयान पांडव हातभार लावत्यात. पुना पुना जांभूळ खाली येतं. धुरपदाही आपला कवळा हात लावते. जांभूळ वर चढत खरं तर एक हात खालीच रहातं. सारेच गपगार.

किसन देवाची सय येते. तो तर लांबवर सीमेपाशी चक्र फिरवीत बसलाय. वायूदूत धाडला जातो. शेवटी देवच तो. आंतरघ्यानी. देवाची करनी आन नारळात पानी. झोंबकाळ खेळायचं सोडून धावत पळत येतो. भगताच्या राखनीला देवाचा टेकू लागल्याबरोबर जांभूळ झाडाला चिकटतं. महसूलाच्या फांदीला, कुनी तरी मला तंद्रीतून

जागं करतं. बघतो, तो काय नाटक संपलेलं, कुनी तरी म्हणत असतं 'जांभूळ चिकटलं खरं पन उलट्या बाजूनं, कवा घसरल याचा नेम न्हायी.'

मला कळेना कंच्या नाटकाबाबत बोलत्यात!

भगव्यावर इळा हातीडा

'ज्यानं न्हायी पाहिलं पुनं त्याचं काय जीनं' असं कानावर व्हतं त्यात भर पडली कामगार साहित्य संमेलनाची. म्हंगालो नगरीही बघता येईल, आन लेखक कविंनाही भेटता येईल. जामानीमा आवरला, धोकटी घेतली आन भल्या पहाटेस पुन्यात उतरलो.

इचारत इचारत दिंडी गाठली. थोर थोर मंडळी दिंडीत चालत व्हती. डोळ्याचं पारनं फिटत व्हतं. मंत्रिपदाच्या चपला मंत्रालयातच ठेवून कामगार मंत्री अरुण मेहता दिंडीत नाचत व्हते. 'कामगार तळपती तलवार हाये- सारस्वतांनो थोडासा गुन्हा करणार हाये' हे गान गात नारायण सुर्वे चालले व्हते. आल इंडिया संमेलनाचे अध्यक्षपद इसरान मधू मंगेश कर्निक दिंडीत सामील झाले व्हते. मनात इचार आला. शंभर वरसा आधी फुले म्हंगाले व्हते 'सदाशिव पेठी बोरू बहादूरांना आमचं दुःख काय कळणार. उंटावरून शेळ्या हाकनारे हे.' आता जर फुले आस्ते तर आनंदाने नाचले असते.

दिंडीत चाललो व्हतो. पुढं लेजीम-ढोल-फुरफुरनार शिंगाट– मागे पालखी– उधळनारा गुलाल– बुका. न्यारा थाट व्हता.

दिंडीतला एक चेहरा पाहूनश्यान मह्या डोळ्याचा मातूर गोयंदा झालेला. पुना पुना डोळं चोळीत पाहात होतो. म्या मलाच चिमटा घेतला. खरंच का ते अस्तील. आन येवढा लांबचा पल्ला गाठून कसं बरं येतील. आख्खा बर्फाळ हिमालय तुडवीत, मनात इच्यार आला.

का बर न्हायी येणार! देशोधडी लागलेलं दलाई लामा न्हायी का आले हिमालय वलांडून.

तेच तांबूस गोरेपान रूप. डोळे बोलके, टकलावरचा जांभळा डाग. नक्कीच ते गोर्बाचेव्ह. कपड्याच्या चिंध्या झाल्या म्हणून काय झालं— त्यांच्या जवळ सरकलो. चालता चालता 'लाल सलाम' केला. ते कसनुसे हासतात. परवलीचा सबुद गुनगुनतो.

बोला फुलाला गाठ पडते. हातात हात घेतात, ''कस येनं केलं कामरेड'' म्या हळूच इच्यारलं.

''काय सांगायचं लेका. करायला गेलो एक आन झालं भलतचं. खरा माणूस घडवायचा व्हता. पोलादी पडदा हटवायचा व्हता. स्वातंत्र्याचा वारा आनायचा व्हता. माणूस घडवायला गेलो खरा, पण झाला माकड. या माकडानीच देशाचे तुकडे केले. नकाशा फाटला. आता मानूस कसा जोडायचा. ही माकडं आता माझ्याही जीवावर उठतील. जीथं फुलं येचली तीथं गवऱ्या येचाया लागतील.''

''पण भारतातच का यावंसं वाटतं.''

''ही भूमी प्रयोग करायला सुपीक हाये. नव्वद टक्के इथे सारे सर्वहारा हायेत त्यांना एक केलं म्हंजी झालं. मारकस बाबाचं सपान इथंच पुरं व्हईल. लेखनीतून करांती व्हते म्हणालात. तेवा पहिल्यांदा आलू लेखक-कवीला भेटायला.''

गोर्बाचेव्हला कुनी वळखलं नव्हतं म्हणून बरं. न्हायीतर दलाई लामासारखे लगेच उचलले आसते, सरकारी पाहुने म्हणून. राजे महाराजाची पालखी बघून त्यास्नी नवल वाटत व्हते. ते म्हंगाले—

''पालखीत कुनी राजा बसनार हाय काय?''

''छ्या छ्या. राजा महाराज कवाच गेले. लोकसाही हाय ना आमच्या मुलखात. पालखीत बुकं ठेवलीत. ग्यानाची जत्रा हाये ही'' पालखीत बुकं ही आयडीया त्यास्नी लयी आवडली. पालखीत डोकावत ते म्हंगाले ''आर पन पालखीत दास कॅपिटल कसं न्हायी. कामगार संमेलन ना हे.''

''त्यांच काय हाये कामरेड. काही पानं सीपीएमने नेलीत— तर काही पानं सीपीआयनं. तर काही पान नक्षलवाडीत बंदुकीवर टांगलीत—

झेंड्यासारखी. शरद पाटील म्हंजी आपले ते धुळ्याचे यानीही काही पाने नेलीत. आंबेडकर-फुले यांची काही पाने मिसळून आता ते नवंच बुक करत्यात.''

''आर- पन कामगार तरी एकीत हायेत ना?''

''तसं ते एकीतच हायती-बोनस पुरते. पन गिरनी-कारखान्याच्या बाहेर पडले म्हंजी जो तो जातीच्या झेंड्याखाली जातोय.''

''इच्यारवंताचं काय?''

''साराच काथ्याकुट. ट्रासकी भारी की लेनीन- लेनीन भारी की माओ. बोलाचीच कडी आन बोलाचाच भात. काही तर येवढे भाबडे की मुलखात जंगल कुठं हाये म्हणून इचारतात. बंदुकीतून त्यांना करांती करायची हाय ना. या साऱ्यांनी तर तुमासनी येड्यातच काढलंय. गद्दारी केली म्हणत्यात.''

गोर्बाचेव्ह आता गपगार. त्यांची टकळी बंद झालेली. चेहरा ओढलेला. पालखीत मी डोकावतो. पहिल्यांदाच बघत व्हतो. पालखीत भलतीच बुकं व्हती. ज्ञानेश्वरी, तुकारामाची गाथा आन सोबतीला रनजीत देसाईंचं स्वामी. मनात इचार आला. च्यायला पुना पेशवाई येती की काय? पालखीत राजा बसवायचाच बाकी राहीलाय. देशाचे तुकड पडलेले दिसतात. हरेक परात येगयेगळी. आपसात लढाया चाललेल्या हेच चित्तर दिसू लागलेलं.

पालखीत अण्णाभाऊ साठे, बाबुराव बागूल यांचं एकही बुक नव्हतं. ही मान्सं दलित-पालखीला इटाळ तर व्हत नसावा ना. कामगार संमेलनात ही बुकं म्हंजी मला तर भगव्यावर इळा हातोडा वाटला.

इचाराच्या वावटळीत दिंडी दूर गेलेली. आमी मात्र रेंगाळलेलो. कामरेड थकलेले वाटले. मैदानात झाडाखाली सावलीत जावून बसलो. बघतो तर काय हॅलीकाप्टर आमच्या डोक्यावर घिरट्या घालत हाये. मी काय ते उमगलो. हॅलीकाप्टर अलगत आमच्या पुढ्यात उतरले. त्यातून तगडे काळे कॅट उतरले. त्यांनी गोर्बाचेव्हला सेल्यूट ठोकला. सरकारी पाहुने म्हणून इतमामाने घेऊन गेले. मी पाहातच राहिलो. परतताना नारायण सुर्वेची कविता मी तार सुरात गाऊ लागलो.

''आता इतिहासाचे नायक आपणच आहोत.
या पुढच्या सर्वच चरित्राचेही''

कुनीतरी मागून टवाळीत मोठ्यानं हासतो हाये असा मला भास झाला.

पावनें आठ

'बलुत्या'तला सटवा आठवतोय? भन्नाट कांड वाजवायचा. सारं व्हाड नागासारखं डोलायचं. भाचा इचारायचा,

"मामा, तू किती रे ग्वाड कांड वाजयतोस. पन तुही पतरावळी मातूर उकीरड्यावर."

सटवा कावून म्हणायचा,

"कांड्यातून शिव्या देवू काय?"

भाच्याला इच्यार पटायचा. मंग सटवा व्हाडाकडं त्वांड करून कांड्यातून शिव्या घ्यायचा. व्हाडाला भासा कळायची न्हायी. ते सटवाला येड्यात काढायचे. मामा भाचा खळाळून हसायचे.

किती वरसं झाली सटवाला जावून. आता सारं बुळबुळीत. पाठीला हाड नसल्यासारखं. कुनीही यावं आन् लाकडानं धोलावं असं. अश्या येळाला वाटायचं, सटवा मामा आता काही दिसनार न्हायी. तपासे मास्तर भेटले तवा फुना मशाल फुरफुरीतय असं वाटलं. कितीही खाली दाबा पुनः पुनः जाळ पेटताना दिसला.

मास्तराची गाठ अवचीत पडली. सोयऱ्याचं लगीन जमवायला गेलो व्हतो. मास्तरांच्या पोरीशीच सोयऱ्याचं लगीन व्हनार व्हतं. तवा पहिल्यांदा मास्तरांना बघीतलं. शिसवी लाकडासारखा बांधा. उंच धडंग. एकटांगी धोतर. वय झाल्यामुळं हातात काठी. त्यांचा रुबाब औरच व्हता. बोलनं तर भारदस्त. समोरचं माणूस हबकून जाईल असा आवाज. हासताना त्यांचा सोन्याचा एक दात लकाकताना दिसायचा. मी तर त्यांच्या पेरमातच पडलो. लग्नाच्या बोलाचालीत

मी त्याच्याच बाजूने बोलू लागलेला. सोयराही च्याट. दोनीही बाजू समंजस व्हती. हुंड्या बिंड्याचा सवाल नव्हता. सुपारी फुटली.

लग्नाचा दिवस ठरला. आमी सारी नवरदेवाला घेवून भोइवाड्याला पंचायतच्या हालात जमलेलो. नवरीकडचं व-हाड आलेलं आस्तं. मास्तर साऱ्यांचं आगत स्वागत करीत व्हते. येगळ्या टॅक्सीत नवरी मुलगी, तिच्या थोरल्या भावाबरोबर येणार आस्ती. एकदाची टॅक्सी येते. घाईघाईत सारे उतरतात. पण पैठणी दागदागिने, सारा बस्ता टॅक्सीच्या डिकीतच व्हातो. टॅक्सी भुरकन निघून जाते. डिकी उघडायचं कुणाला भान राहात न्हायी. अशा टाइमाला कुणाचीही माथी भडकनार. पन मी पाहातच राहिलो. मास्तर रागावत न्हायीत. नुसते हासले. नेसत्या कपड्यानिशी मुलीचं लगीन लागलं.

मास्तराचं सुपायेवढं काळीज पाहून मी च्याट पडलो व्हतो.

पुढं कवा कवा मी मास्तरांकडे जायचो तर मास्तर काठी टेकीत भल्या पहाटे घरी यायचे. त्यांची सारी जिंदगीच उलगडत गेली, मास्तर महानगर पालिकेत नौकरीला व्हते. शाळा मास्तर. रीटायर झाल्यावर फंड सरकारच्या पैशातून त्यांनी तमाशा काढला व्हता हे जवा ऐकलं तवा चांगलाच उडालो. मास्तर गाणी रचित-वग लिहित. तरुणपणात त्यांनी जलसाही काढला व्हता. आंबेडकरी चळवळीत तवा ते व्हते. खेड्यापाड्यात जावून त्यांनी जागरन केलं व्हतं. त्यांची जिंदगी म्हणजी मला तर अलीबाबाच्या गुहेत शिरल्यासारखे वाटत व्हते. बांद्र्याला त्यांनी ''भिम गर्जना'' नावाची इमारत घाम गाळून उभी केली व्हती. पाच पंचवीस वरीस जमिनीच्या तुकड्याची राखन केली व्हती. सहकार सोसायटी स्थापून गुरुजींनी सावली दिली व्हती.

एके दिवशी भल्या पहाटे मास्तर घरी आले व्हते. त्यांच्या काखेला भली मोठी फाईल व्हती. मनात इच्यार आला. मास्तरांनी आत्मकथन तर लिहिले नसावे ना? न्हायीतर आजकाल दलित आत्मकथनाचं पीक आलंय. पण तसं काही नव्हती. फाईल उघडून बघतो तर काय? मास्तरांचा काळ्या कफनीतला भला मोठा फोटो. छातीवर लीव्हल आस्तं- 'निषेध नौकरी.' मी म्हंगालो-

''मास्तर- हे काय गौडबंगाल हाये?''

त्याचं काय आहे लेका- नगरपालिकेत गुर्जी व्हतो ना. इमाने इतबारे सेवा केली. हेडमास्तरांची बढती मिळावी ह्या कारना केली ही लढाई. माझ्या मागल्या लोकांना जात पाहून बढती दिली. सारे वरल्या जातीचे व्हते ते. तवा निषेध म्हणून ही काळी कफनी शिवली व्हती. पहिल्या दिवशी आंबेडकरांच्या पुतळ्याला हार घातला आन चढवली ही काळी कफनी. सरकार दरबारी ह्याच वेषात जायचो. साऱ्यांनी वेड्यात काढलं. मास्तरांचं डोकं फिरलंय म्हणून. शेवटी दगडावर डोकं आपटल्यासारखं वाटलं. शेवट पत्तुर मह्या तोंडाला पाने पुसली, हेडमास्तराचं सपान वाऱ्यावर गेलं.

"पन पेन्सन तर आता मिळत असेल ना?" काहीबाही इच्यारायचं म्हणून मह्या सवाल.

□

पायातील दगड

शेजारी म्हंजी पुढल्या गल्लीत वस्ताद राहत व्हता. हातात सोन्याच्या अंगठ्या, गुबगुबीत शरीर, आता त्याचं नाव वस्ताद कसं पडलं? ते सांगता येनार न्हायी! तो तसा गल्लीतला दादा नव्हता. पन पोलिस ठेसनात त्याची लयी वट व्हती. कुनी म्हणायचं ''आरं तो बाबा स्वातंत्र्य सैनिक हाये'' खास त्यांनी दिल्लीला विमानात जाऊन ताम्रपट आनलाय, काय म्हंता ताम्रपट? म्हंजी काय? आवं खास तांब्याचा पतरा असतो तो. राष्ट्रपती देतो. आपला हात हातात घेऊन राष्ट्रपती कसा आपल्याशी बोलला हे तो साऱ्या गल्लीला सांगायचा. कवा घरी आला म्हंजी म्हणायचा ''जागल्या ह्या येरीयात तुमीच तसे नेकीचे. बाकी इथले लोक गीन गीनके चपाती खाते है मला आपलं कळायचं हा आपली दुसरीकडे जाऊन अशीच निंदा करीत असेल. खरं म्हंजी वस्ताद स्वतंत्र सैनिक कसा झाला याचं मातूर कोडं पडायचं. अवघा ४०-४५ वयाचा दिसायचा. ४२ च्या वर्षात याचा जन्म तरी झाला व्हता की नव्हता हे कळायचं न्हायी, येवढ्या लहान वयात हा कवा गेला व्हता स्वातंत्र्य चळवळीत, त्याचे धंदेही औरच. ताम्रपट घेऊन बाजारात जायचा. बटाटे कांदे गोळा करायचा. जणू काय पूर्वीच्या दलितासारखा सेव मागतो हाये. एखादे नटाकडे जायचा. म्हणायचा झोपडपट्टीतील पोरांना टी.व्ही. बघायला मिळत न्हायी. त्यांच्याकरिता एखादा सेट द्या. तो टी.व्ही. आणायचा. आत आपल्या बंगल्यात ठेवायचा. एखादा सिनेमा चालला न्हायी म्हंजी तीकट फुकट वाटायचा. हर तिकिटामागं त्याला, हिरो, हिरोईन,

निर्मात्याकडून कमिशन मिळायचं. एकदा घरी आला तो चोपडं घेऊनच. त्याच्या स्वातंत्र्य चळवळीचा इतिहास लिव्हला व्हता चोपडीत. चोपडं छापून आणलं व्हतं. आल्या आल्या म्हणाला, ''जागल्या हे बघ शेजारच्या बोस बहादराने माझं चरित्र लिव्हलंय,

लेखकाला सूट भेट दिला. तो खूश झालाय. मी त्याचं चोपडं चाळतो. ''आरं पन वस्ताद तुझ्या पायाला गोळी लागली व्हती असं ह्यात लिव्हलंय. खरंच का हे सारं?'' ''जागल्या दुनिया झुकती है मगर झुकानेवाला चाहिये!'' साऱ्या थापा! ही बघा माइय्या पायाला खरूज झाली व्हती. त्याचे वन पडलेत. लोकांना काय माहीत हे सारं. ''आरं पन तुझं वय? कसा झाला स्वातंत्र्य सैनिक?'' तो खरं बोलून जातो. ''त्याचं काय जागल्या, महा नातेवाईक व्हता चीफ मिनिस्टर, त्यांनी खोटी सर्टिफिकेट जेलातून तयार केली आन झालो स्वातंत्र्य सैनिक'' (मी त्वांड वासून वस्तादकडं पाहू लागलो. मला बंगाली नाटक आठवलं. नाव व्हतं ताम्रपट, त्यात अशाच एका माणसाला मंत्र्यांनी बोगस स्वातंत्र्य सैनिक बनवलेले, आपल्या हातचं बाहुलं त्याला करायचं व्हतं. पन जवा तो माणूस खरा स्वातंत्र्य चळवळीचा इतिहास पहिल्यांदाच वाचू लागला तवा त्याला स्वातंत्र्यासाठी घरादाराची होळी करणारे हासत फासावर लटकलेले हुतात्मे दिसू लागले. स्वातंत्र्याच्या झाडाला आज विषारी फळे लागलीत. याची जाणीव त्याला व्हते. आता तो जाहीर सभेतून राजकारणाचे वाभाडे काढू लागतो. ताम्रपट फेकून देतो. कुठे नाटकातला ताठ कण्याचा माणूस आन कुठे हा वस्ताद. स्वातंत्र्य सैनिक म्हणून मिरवणारे आज किती तरी हवसे गवसे आन नवसे आसतील, ''आमी असू फत्तर. पायातील मंदिर उभारणे हेच आमचं शिल'' असे म्हणनारे दगड जर वस्ताद सारखे असतील तर स्वातंत्र्याचे मंदिर कसे उभे राहणार?)

□

इथं नकी का तुम्हाला रिझर्व्हेशन?

महार बुद्ध झाले नव्हते तवाची गोष्ट. बेदरचा एक व्हता राजा. ह्याची वयात आलेली पोरगी लयी देखनी. सुरयाला म्हंती मावळू नको, आन चंद्राला म्हणती ऊगवू नको तसं तिचं रूपडं. तीला दिल्लीला न्यायचं आस्तं. पालखी सजवलेली. भोई तयार झालेले. तीच्याबरोबर कंच्या इमानी सरदाराला पाठवावा ह्या घोर काळजीत बेदरचा राजा व्हता. त्याला आपल्या पदरी असलेला इमानी महार सरदार आठवला. तातडीने त्याला दरबारात हजर केलं गेलं. आपल्याला कह्याला आवतान धाडलं म्हणूनशयान महार सरदारही बुचकळ्यात पडलेला. राजापुढं जावून हात जोडून तो उभा. महाराज त्याला म्हंगाले,

"हे बघ. तू आमचा इमानी सरदार हायेस. आमची उपवर पोरगी दिल्लीला घेऊन जाची हाये. तवा तू त्या कामगिरीवर जावंस. परत आल्यावर आमी तुला मोठी जहागिरी देवू."

महार सरदार काळजीत पडला. त्या काळी एवढ्या दूरवर जाणे कठीण. डोंगरदऱ्या ओलांडाव्या लागत. त्यात आपल्याबरोबर तर राजाची तरणी पोरगी. उद्या काय सांगावं? आपल्यावरच एखादी बलामत यायची. तो काकुळतीने महाराजांस म्हंगाला,

"महाराज– तुमचा सबुद तरी कसा मोडायचा? पण जान्यापुरवी एक जीनस पेटीत बंद करून तुमच्या हवाली करतो. तेवढा मातुर जपून ठिवा. घरी जातो, आन् जीनस घेऊन येतो."

महार सरदार लगबगीने घरी गेला आन एका लहानशया पेटीत

ठेवलेली जीनस घेऊन आला. महाराजाने जीनस आपल्यापाशी ठिवली. महार सरदाराने जागता पहारा ठेवून बेदर बाच्छाची तरणी पोरगी दिल्लीच्या बादशहाकडं सुखरूप पोहचवली. तो जवा परत आला तवा काही सरदारांनी महाराजांकडं चुगली केली. 'ह्यानं रस्त्यानं पोरगी नासवली नसेल कह्यावरून?' महाराज– आताच्या आता याचा कडेलोट करावा. महाराजांच्या मनातही पाल चुकचुकली. महाराजाने त्याला जाब इचारला. तो म्हंगाला,

"महाराज– मी तुमचा इमानी सेवक हाये. माझी परीक्षाच घ्यायची असेल तर मी दिलेली तेवडी लाकडी पेटी उघडून बघा." महाराजाने पेटी उघडली, तर काय बघावे? महार सरदारानं आपलं 'सामान' त्यात कापून ठेवलेले.

महाराज त्याला कडकडून मिठी मारीत म्हंगाला, 'तू खरा इमानी सेवक. माग तुला काय मागायचे ते. किती गावाची तुला जहागिरी पाहिजे?' सरदार म्हंगाला, 'महाराज मला एकट्याला काय नको. आमच्या गावकुसाबाहेरच्या समाजाला काय तरी सतरा पिढ्या पुरेल एवढं द्या.'

आसं म्हणत्यात तवापासून महारांना हाडकी-हाडवळा मिळाला. एका जमिनीच्या तुकड्यावर आजही त्यांची नावे सातबाराच्या उताऱ्यावर दिसतात.

आता या वेळी ही गोष्ट आठवायचं कारन म्हंजी बेदरच्या बाच्छासारखा ह्या इसाव्या शतकातला राजा चिंतातूर झाला व्हता. 'मुंबई नगरी - बडी बाका जशी रावनाची लंका - वाजतो डंका चहू मुलकी' अशी लाडकी मुंबई, सुंदर मुंबई सुखरूपपणे महानगरपालिकेत पोहचविण्याची राज्याला काळजी लागली व्हती. पालखी तयार व्हती! पण नाक्या-नाक्यावर तीला कोन कशी उडवील हे सांगता येत नव्हतं. कुनी म्हणत व्हतं तीला उडवायला स्मगलरही मैदानात उतरले हायेत. कुणी गल्लीबोळात तीरकामठे सरसावून बसलेले तर कुनी कमळाच्या पायघड्या तिच्या वाटेवर पसरलेल्या. अश्या टाईमाला राज्याने लोकशाहीचा दरबार भरवला. लाडकी, सुंदर मुंबई कोन सुखरूप, घेऊन जाईल. तया करिता सर्व सरदारांचे चेहरे त्याने पाहिले आन मंग त्याला नुकताच भरती झालेला रिपब्लिकन इमानी

सरदार आठवला. त्याने त्याला पाचारन केले. खांद्यावर निळा झेंडा घेऊनच तो दरबारात आला. येताना गानं म्हणत व्हता ''भीमा आमी तुझं संतान. तुझा वारसा पुढं न्यावया करू जीवाचं रान.'' बेदरची बाच्छाला त्या काळच्या महार सरदारानं आपलं 'सामान' काढून पेटी ठेवायला दिली. तशीच ह्या बहादरानंही केलं. मुंबई लाडकी- सुंदर, जीवाचं रान करून तिला सुखरूप महानगरीत पोहचवली. सगळीकडे आनंदीआनंद झाला व्हता. रिपब्लिकन सरदार जवा आपल्या राहुटीत परत आला तवा त्याच्या इमानीपनाबद्दल शंका घेतल्या गेल्या. सर्वत्र कोल्हेकुई सुरू झाली. 'ध' चा 'मा' केला गेला. तो पुन्हा पुन्हा आपल्या इमानीपणाची खात्री देत व्हता. आपलं 'सामान' पेटीत आधीच घालून ठेवलंय यावर कुणाचाच विश्वास बसत नव्हता. तो काळजीने म्हणत व्हता... 'अहो, मला तुमची ती जहागिरदारी नको. आमच्या आया, बाया, रस्त्याच्या कडेला बसतात. त्यांना संडास न्हायीत. वसतीत नळाला पानी न्हायी. दीवाबत्ती न्हायी. झोपड्या गळतात. त्यांना चांगली घरे न्हायीत. आमीच मक्ता घेतलाय का गटारी साफ करण्याचा? ह्या धंद्यात तुमी कवा उतरनार? इथं तुमाला नको का, रिझर्व्हेशन? आमचेच शंभर टक्के ह्यात रिझर्व्हेशन का? अहो, मला बाबासाहेब आंबेडकरांचं सपान पुरं करायचं हाये. त्याकरिता तरी सासनकर्ता हवा.'

त्याच्या बोलण्याकडे कुनाचंच ध्यान न्हायी. विसाव्या शतकात एका महारानं 'तो' गाढवपना केला व्हता,आता फक्त टाळ्या वाजवण्याचे कामा त्याच्या हाती राहिले व्हते.

❑

इटा

पायाला सारखी भिंगरी. सारखं कुठं ना कुठं जात असतो. पन कवा काळी फारीनला जायला मिळ्ळ असा इच्यार सपनातही आला नव्हता. फारीनला जायचं म्हंजी त्वांडाची का गोठ हाये. मायंदाळ पैसं लागतात. पण आपल्याला थेट अमेरिकेतूनच तिकीट आलं. फोर्ड साहेबाकडून. पण तो काळा का गोरा, तिथं जाऊनही पाहिली न्हायी. एक मातूर खरं की कंपनीचा अध्यक्ष व्हता काळा साहेब म्हंजी त्यांच्या भाषेत कलर पीपल. इथं जसं दलितांना 'हरिजन' म्हणत्यालं आवडत न्हायी, तसं त्यांनाही 'निगर' म्हणल्यालं आवडत न्हायी.

तर काय सांगत हुतो? हवाईयानातून उडलो ते थेट फारीन. म्हंजी न्यूयार्क शहरातच उतरलो. आता कुठंही गेलो तरी आपल्या डोसक्यातली गमभन काही हाटत न्हायी बघा. आभाळाला भिडलेल्या इमारती— त्याही काचेच्या भिंती रचलेल्या— जवळपास दगड न्हायी. वाटलं— सालं इथं मोर्चा निघाला तरी काचेवर फेकायला रोडवर दगडच न्हायी. रस्ते गुळगुळीत. सांडलेलं त्याल भरून घ्यावं असे. थुकावासं वाटलं तरी थुकायचा धीर होत नव्हता. असाच इच्यार करीत रमतगमत चाललो व्हतो. रोडच्याकडला बगीच्यात पार्टी व्हती. "इथं कुनी घान करू न्हायी; केल्यास दहा डालर दंड." आपल्याकडेही अशा ठायी ठायी पाट्या असत्यात. पन पाटी जिथं अस्ती तिथंच घानीचं उकिरडे असतात. घान करू न्हायी, म्हणून काहींनी अक्कल लढवली. देवादिकांची चित्रं भिंतीवर रंगवली. आपल्याकडचा मानूस तसा वस्ताद. आपल्या धरमाचा देव सोडून तो दुसऱ्या धरमाच्या

देवावर लघुशंका करू लागला. बघा पाईंट सोडून भलतीकडंच गेलो.

थोडासा दम घ्यावा म्हणून बगीच्यात जाऊन थोडा वेळ सावलीखाली बसलो. बगीचा डोळ्यांचं पारनं फेडीत व्हता. इंद्राच्या नंदनवनात बसल्यासारखं वाटत व्हतं. तिथक्यात एक म्हातारी आली. गोरीपान मडमच व्हती ती - केसाचे तिच्या घायपात झालेलं अंगावर झुरळ्या पडलेल्या- पन टेचात व्हती- मेकअप केलेली- व्हटाला लाली लावलेली. तिच्या एका हातात पर्स आन दुसऱ्या हाती साखळ्ळीला गुबगुबीत कुत्रं. बोलूनचालून कुत्रंच ते. त्याला थोडीच पाटी वाचता येती? न्हाई म्हटलं तरी त्यांनं घान टाकलीच. आता म्हातारी काय करते म्हणून मी पाहू लागलो. बघतो तर काय– म्हातारीनं आपली पर्स उघडली. त्यातून कागूद काढला. घान त्या कागदात भरली आन ऐटीत तो घानीचा कागद पर्समधी ठेवला. आपल्याकडं मातूर अशा म्हातारीला येड्यातच काढतील.

आपल्याकडं सारा आनंद हाये. काल-परवा काय झालं. लोकलच्या गाडीतून जात व्हतो. गाडी ठेसनात येण्याच्या आत मधीच थांबली. लयी येळ झाला पन गाडी काही हालेना. दुपारची येळ व्हती. ऊन कलकलत व्हतं. एक मानूस लुंगी लावलेला कवाचा हाती टमरेल घेऊन रुळाच्या पलीकडे उभा व्हता. तो गाडी हलन्याची वाट पाहात व्हता. गाडी हालत नाही पाहून तो तसाच टमरेल घेऊन डब्यात चढला. त्याला पलीकडं जायचं व्हतं. तो डब्यात चढायला आन गाडी सुरू व्हायला एकच गाठ पडली. सारे खदाखदा हासू लागले. बहाद्दरानं काय करावं? गाडीची चेन खेचली. गाडी गचकन थांबली. हा टमरेल सांभाळत आरामशीर उतरला आन दुसऱ्या बाजूला झाडीत दिसेनासा झाला. सारे त्वांडे वासून त्याच्याकडे पाहात राहिले.

मला मातूर रामदास फुटानेचा किस्सा आठवला. 'भारत कवा कवा महान देश हाये' या प्रोग्रामात सांगितलेला. त्याचं काय आस्तं – एक मानूस आसंच टमरेल घेऊन रस्ता वलांडत अस्तो. त्या दिवसी पंधरा ऑगस्ट असल्यामुळं मंत्री त्या रस्त्यानं जाणार अस्तो. पोलीस पहारा कडेकोड. तवा एक हवालदार त्या मानसाला सांगतो, "बाबा रे, आजच्या दिवस रस्त्याच्या कडेला बसू नकोस. या रस्त्यानं मंत्री

जानार हाये. तू गेलास तर माझी नोकरी जाईल.'' मानूस काही ऐकायला तयार न्हायी. तो उलटून बोलतो.

'हे पाहा पोलीसमामा' तुमी काही काळजी करू नका. मंत्र्याचं आन आमचं आपसात ठरलंय. पाच वरीस आमी त्याला निवडून द्यायचं. मंत्री तिथं काय करतात ते आमी इच्यारायचं न्हायी, आन आमी इथं काय करतो ते मंत्र्यानं इचारायचं न्हायी'' आता बोला. लोकशाई झिंदाबाद.

मला मातूर राहून राहून वाटतंय की अयोध्येला जेवढ्या इटा पाठवल्या त्यातून कितीतरी संडास बांधून व्हतील. पण इथं मान्सापेक्षा दगडाच्या देवाचाच भाव वधारलाय.

□

गरिबी हटाव

'हारलेम' ही काळ्यांची वसती. आपल्याकडं दलितांची आस्ते तशी. पानलोटानं काठाला कचरा लोटावा तशी. न्यूयार्क नगरी. इंद्र सभेला लाजवील अशी. बघूनशान डोळं दिपलं व्हते. तिथल्या आभाळाला भिडलेल्या इमारती. काचेच्या भिंती. गुळगुळीत रोड. कडंला बाग बगीचा. त्यात थुयथुय कारंजं. भली मोठी पाच ताज्याची व्हटीलं. सारं सारं पहाण्यात जीव रमत नव्हता. काळ्यांचं 'हारलेम' पहावं असं वाटत व्हतं. इच्चारत इच्चारत तीथवर पोहोचलो. चांगलाच उडालो. गोलपीठा पहावा तसं वाटलं. चाळीच्या इमारतीसारख्या जुन्यापुरान्या इमारती. दिवा बत्ती न्हायी. घुशीची ये-जा, इमारतीचा रंग उडालेला.

एक मातूर आकरीत पाहिलं. चिखलातलं कमळ उगवलं असं ते आकरीत. शंभर दोनशे वरसाची कला, संगीत चळवळीचा इतिहास - कागदपतूर नाटकांचे पडदे, मुखवटे, फोटो, सनग हे सारं सारं हारीनं मांडून ठेवलेलं. लिंकन, मारटीन, लुथर किंग यांचा आवाज ऐकायला मिळाला बघा. हे सारं काळ्यांनी जमविली. अमेरिकन सरकारचा एक छदामही मागितला न्हायी. सारं पै पै जमवून आपल्या पायावर उभं केलेलं.

इथल्याच एका कला दालनात नाटक पाहिलं. नाटकाचं नाव व्हतं, ''गरिबी हटाव'' पोरसवदा काळ्या लेखकानेच लिव्हलंय. नाटक अंगावर येत व्हतं. दलित चळवळीचा अलीकडचा इतिहास आठवत व्हता.

नाटक सुरू झालं. काळ्यांचा नऊ-दहा वरसाचा पोरगा गोऱ्यांनी ठार मारलेला. सारे काळे एक व्हतात. मोरचा निघतो. नारे लावले जातात. ''एकजुटीचा इजय असो, खूनका बदला खूनसे, हमको जो टकरायेंगे- मातीमें मील जायेंगे'' सारे काळे संतापलेले. चवकात मिरवणूक येते. सामोरे गोरे पोलिस. बंदुकी सरसावून उभे. पोलिसांची माईकवर धमकी– ''पुढे याल तर गोळ्या घालू.'' सारेच मरनाला तय्यार. मोरचा पुढेच चालू. आमच्यासारखे बघणारे चीतभीत. बघतो तो काय. चवकात रनगाडा येतो. पावर बोफोर्ससारखी लांबलचक तोफ. पुना पोलिसांचा आवाज. ''मागे हटा. फुकाट किडी मुंग्यासारखे मराल. तोफेत दारूगोळा हाये. जळून खाक व्हाल.'' काळे मागे हाटत न्हायीत. जनूकाय डोक्याला कफन बांधूनच ते आलेले. तितक्यात कानठाळ्या बसवनारा आवाज व्हतो. ''रोडचे'' दिवे लागतात. तोफ उडते. गंमत म्हंजी दारूगोळा काही उडत न्हायी. तोफेतून नोटा उडतात. लाखा लाखाच्या डालरच्या.

चवकात नुस्ता नोटांचा पाऊस. आपन इथं कह्याला आलो, नारे कंचे देत व्हतो हे सारे काळे इसरतात. सारे नोटा गोळा करायला धावतात, कुणी खिसे भरतात तर कुणी पिशव्या, गोरे पोलिस गालातल्या गालात हासत असतात, चौक साफ होतो. काळे आता दारूच्या, चैनीच्या दुकानाकडे, महागड्या व्हटलाकडे वळतात.

बरीच वरस झाली हे नाटक बघून. कालच पाहिल्यासारखं वाटतं बघा. पोतराजाने अंगावर आसूडाचे फटके मारावेत तसं नाटक वाटतं. मराठवाड्याचा बाबासाहेबांच्या नामांतराचा इषय असू, रीडल्सचा इष असू. भावना दलितांची उतू जाते सारे एक व्हतात. मैदान लाखोंनी भरून जाते. भेदभाव इसरतात. निवडणूक आली रे आली, पैशाची तोफ उडाली की सारेच पांगतात. रेटारेटी करतात. एकेकाच्या उरावर बसतात. जनतेची शिडी वापरून सौदेबाजी व्हते.

आता हे सारं पुना उगाळायचं म्हंजी लयी जीवावर येतं बघा. पन काल परवाच बातमी वाचली. आपलं म्ऱ्हाटी सरकार बाबासाहेबांच राष्ट्रीय स्मारक करणार हायेत म्हणत्यात. त्याकरिता पाच कोटी रुपये खरचनार हायेत. जिथं बाबासाहेब आंबेडकरांना शेवटचा निरोप आपल्या अनुयायांनी दिला तिथली परवड इच्चारू नका. कडंलाच म्हसनवट्यात मुडदे जाळत्यात. घाण वास पसरतो. १४ एप्रिल या

जन्मदिवशी–महानिर्वाणाच्या दिवशी लाखो लोक येतात. त्यांची काहीच सोय न्हायी. जत्रेसारखी रेटारेटी व्हते. उघड्यावर सारे विधी करत्यात. या उलट राजधानीतले गांधीबाबाचे राजघाट पहा. असं बाबासाहेबाचं स्मारक कवा व्हनार? चैत्यभूमीच्या भोवताली बागबगीचा, उडणारे कारंजे - सागरात खडकावर उभ्या केलेला टोलेजंग पुतळा, एक बोट उंच केलेला. आभाळाला गवसनी घालणारा.

हारलेममधील काळ्यांना जे सुचलं, त्यांनी स्वतःच्या हिमतीवर करून दाखवलं. तसं इथल्या दलितांनी का बरे करू न्हायी. जो तो खेकड्यासारखं दुसऱ्याचं पाय ओढतो हाये. सारं काही सरकारनं करावं या मताचे. सरकारनं पैसे मातूर आपल्या हातात घ्यावेत या मतांचे. जो तो पुढे याकरिता धावतो हाये. यांच्यातील पडलेल्या फळ्या सरकारला आधीच माहिती, यांच्यात एकी न्हायी, परतेक फळीत छटाक पावसेर बाबासाहेब वाटून घेतलेले. सरकार उंदीर आणि न्याय निवाडा करणारे मांजर या गोष्टीसारखे वागत हाये. पाच कोटीची तोफ कवा उडणार हाये याची नेते मंडळी वाट पाहात हायेत. नोटा तोफेतून उडाले की, सारे पांगतील पिंडाला कावळा शिवल्यासारखे.

''जय दलित क्रांती''

□

बीफार्स

एक व्हता राजा. तो तोफेच्या तोंडावर बसलेला. तिथूनच राज्यकारभार पाहात व्हता. समोरच परधानजी कमरेत वाकून उभा.

महाराज इच्यारतात, ''परधानजी''–

''जी सरकार''–

''राज्याची हालहवाल काय म्हणतीय?''

''महाराज, सारं ब्येस हाय. दुष्काळात तेरावा महिना तसं बोफार्सनं, तोंड वर काढलंय!''

''ही बोफार्स काय भानगड हाये?''

''जळी-स्थळी-काष्ठी-पाषाणी बोफार्स भरलंय!''

''म्हंजी देवासारखंच दिसतंय, देव दिसत न्हायी. पन सगळीकडं भरून राह्यलाय म्हनत्यात!''

''देवाची करनी आन नारळात पानी– पन महाराज, तुमी मनात आणलं तर ह्या पान्याचा छडा लावू शकता!''

''कसं काय?''

''महाराज, तुमी ज्या तोफेच्या तोंडावर बसलात ना– ह्या तोफेतच बोफार्स लपलाय!''

परधानजीचं बोलणं ऐकताच महाराज, टुनकन् उडी मारून तोफेवरून खाली उतरले. खाली उतरताना घामाघूम झालेल्या महाराजांनी परधानजीला इच्चारले,

''आरं, काय थापा मारतोस? येनढुशा नळीत कसा लपून बसंल बोफार्स?''

''त्याचं काय हाये महाराज, आपल्या सीमेचं राखन करण्याकरता तोफा घेतल्या. त्या घेताना कुणी कुणी दलाली घेतली म्हणत्यात. पोतंबर पैका समुद्रापल्याड तिजोरीत ठेवलाय! ही दलाली कुनी घेतली हे मातूर सापडत न्हायी. या दलालीलाच आता 'बोफार्स' म्हनत्यात!''

''आयला हे तर लई सोपं, थांब, म्या कापडं बदलून येतो, येषांतर करू, म्हंजी राजा वळखू येनार न्हायी. तूही परधानजीचा ड्रेस काढ-आन खादीची कापडं अंगावर चढव!''

''बरं, महाराज!''

महाराज आन परधानजी राजवाडा सोडत्यात. बदलल्यामुळं त्यांना कुनीच वळखत न्हायी.

महाराज पायीच चालत चालत शहराकडं येऊ लागतात, घाणेरड्या वासामुळं ते नाकाला रुमाल लावतात.

''परधानजी हा कसला घाणेरडा वास?''

''महाराज, आपून साखर कारखान्याजवळ आलोय. मळीचा वास हाये हा!''

''आरं, पन साखरेचं आन मळीचं काय साटंलोटं?''

''महाराज, मळीपासून दारू बनवत्यात. लोक आता दूध पीत न्हायीत; संत्री-मोसंबी पित्यात.''

साखर कारखान्याच्या गेटजवळ राजा परधानजी उभे. त्यांना कुनी आत जाऊ देत न्हायी. तितक्यात एक मुंडासं बांधलेला शेतकरी गेटमधून बाहेर पडत असतो, राजा त्याला थांबवतो.

''राम राम पाव्हनं!''

''राम राम!''

''इकडं कुनीकडं गेला व्हता?'' महाराजांचा सवाल.

''काय सांगावं, करमाचं भोग. उसाचं पेमेन्ट घ्यायला गेलो होतो, आता ही पावतीच बघा, टनामागं येलफर फंड, शिक्शन फंड - सीएम फंड - असं कापून-कापून शेतकऱ्याच्या काहीच हातात पडत न्हायी बघा. शिवाय साखरेच्या पोत्यामागं रुपाया चेअरमनच्या खिशात जातोय. आता बघा, मायंदळ पोती साखर व्हती; तवा साखर समराटाची चंगळच हाय, सारं कुपानच शेत खातंय!''

शेतकरी भडाभडा मन मोकळं करून चालू लागतो. महाराज साखर कारखान्याचा धुर ओकनाच्या चिमणीकडं त्वांड वासून पाहात राहतात. परधानजी महाराजांना जागं करत्यात.

"परधानजी, इथंही बोफार्स पोचली की !चल, पुढल्या नाक्यावर जाऊ!" राजा आन परधानजी मजल दरमजल करीत नाक्यावर येतात. तिथं पाटी असते. 'न्याय-मंदिर' पाटी पाहून परधानजी म्हनतो,

"महाराज, हे पाहा न्याय-मंदिर. तिथं आपून जाऊ, इथं मातूर बोफार्स नसेल, दरवाज्यातून दोघं आत जातात. कोरटाला सुटी असल्यामुळं सुकसुकाट असतो. पन इमानेइतबारे न्यायाधीश आलेले. न्यायाधीश मोठे भाविक दिसत व्हते. कपाळाला गंधटिका, गळ्यात तुळशीची माळ, डोक्याला पगडी, सारखं तोंडानं 'राम, राम' करीत व्हते- जवळच दारूच्या सीलबंद केलेल्या बाटल्या, त्यांचा खच पडलेला. समोर कारकून उभा. आपल्या देखरेखीखाली जप्त केलेली दारू समोरच्या मुतारीत फेकन्याचं काम चाललेलं. हे सारं पाहून राजा खूश. आपल्या राज्यात एक तरी इमानी माणूस हाये- बोफार्सला हात लावीत न्हायी. साच्या बाटल्या मुतारीत रिकाम्या केल्या जातात हे बघून त्याला बरं वाटलं. तितक्यात मुतारीच्या मागच्या बाजूनं कोरटाचा शिपाई हळूच बाहेर येतो आत न्यायाधीशापुढं काही नोटा धरतो. न्यायाधीश त्याच्याकडे रागाने पाहात इच्चारतो,

"अरे हे काय हाये?"

"साहेब, हे बोफार्सचे पैसं. आपून सीलबंद केलेली दारू मुतारीत फेकीत व्हता तवा मुतारीच्या खाली मी घमेलं ठेवलं व्हतं. त्यात जमलेली दारू इकली बघा. दुप्पट पैसे मिळालं, कधी न्हाय अशी चवदार कडक दारू मिळाली, म्हणूनशयान पिनारे नाचायलाच लागलेत, त्यातला आपला हिस्सा!"

पुढं काम व्हतंय हे पाहण्याच्या भानगडीत राजा आन परधानजी थांबले न्हायीत. राजवाड्याकडं गुल झाले.

दुसऱ्या दिवशी राजाने दवंडी फिरवली, "बोफार्स हे जळी- स्थळी-काष्ठी-पाषाणी हाये, तवा बोफार्सची मंदिरे उभारा, त्याची पूजा-अर्चा करा. जय बोफार्स!"

□

लगीन

लयी दिसानं गावाहून सोयऱ्याचं टपाल आलं व्हतं. वाचून च्याट पडलो. सोयऱ्याच्या पोरीचं लगनाचं आवातन व्हतं. लगनाचं आवातन आलं म्हनून च्याट पडलो नव्हतो. आकरीत घडलं व्हतं. गावच्या पाटलाच्या पोरासी सोयऱ्याच्या पोरीचं लगीन व्हनार व्हतं. आपला मराठी मुलूख एवढा करांतीकारक झाला अन् आपल्याला त्याचा शेंडाबुडुख माहीत नसावा. आता आपला सोयरा म्हंजी गावाकुसाबाहेरचा– कांबळे. बुध झाला म्हनून काय झालं? गावात जात इसरती व्हय. गावाचा पाटील म्हंजी शहान्नव कुळी. मिशीला पीळ देत सांगायचा, 'अहो आमी भोसलेच्या वंशातील. आमच्या घरातील बायांचं नख नजरं पडणार न्हायी. पड्घ्यात असत्यात.' आता असा पाटील कांबळेची पोर सून म्हणून घरात घेतोय हे आक्रीत न्हाय तर काय? गावाला निघण्याअगोदर पहिल्यांदा तात्याचा इच्चार आला. त्याला लयी आनंद व्ह्यील. दुसऱ्या बाजूनही टराफिक सुरू झाली म्हनून– न्हाय तर लयी रागवायचा- म्हणायचा, 'लेका- आरं ही वरल्या जातीतली मान्स लयी बेरकी. आता बघ ना. आपला एखादा मंत्री असू, न्हाय तर मंत्र्याचा लेक असू– वरच्या जातीतल्या पोरीनं उचललाच की अलगद. त्यांना बरं बडी असामी मिळतेय. 'मोठाली कुळं, तिथं जग भुलं'. तिथं हुंडा घ्यायला नको. करांतीच्या गप्पा. सारा नगदी माल उचलत्यात. मग प्रोफेसर नको म्हनून का आपल्यातला नवा भांडवलदार– तिथं जातबीत आडवी येत न्हायी.' तात्याला मी समजावत अस्तो.

'आरं बाबा, बाबासाहेब म्हंगाले ना– जाती मोडायच्या असतील तर रोटी येव्हार करून नुस्ता चालणार न्हायी तर बेटी येव्हार क्वायला हवींत'. 'व्हय रे लेका- पन आमच्या जातीतल्या पोरी करतात का हे वरचे जातीतले लोक? तुमी आमी एक व्हा आन कठड्याला हात लावू नगा.'

गावाला निघताना तात्याचं बोलनं आठवत व्हतं. तात्या अडानी असला तरी त्यात पाइंट व्हता. धुराळा अंगावर घेत गावाकडं निघालो. लयी दिसानी गावाकडं जात व्हतो. गावची इशेष खबरबात नव्हती. गावाकडं इशेष बदल नव्हता. सारं रान रखरखीत. जमिनीला भेगा पडलेल्या. 'दगडाच्या देशा, धोंड्याच्या देशा' हे गानं कवीनी बहुदा हा सारा मुलूख पाहूनच लिव्हलं असावं. गावापहोतर एस. टी. पोहचली व्हती. पन लगीन मातूर गावाबाहेर मळ्यात. पाटलाच्या वाड्यावर. पोचलो तवा गावचा पाटील म्हंजी बागायतदार. त्यात साखर कारखान्याचा डायरेक्टर की काय म्हनत्यात त्यो. सारं रान भोवताली उजाड होतं. पन पाटलाची शेती मातूर हिरवीगार. उसाचा फड, दराक्षाचा मळा डुलत व्हता.

नेमका मुहूर्तालाच पोहोचलो व्हतो. मी आलो तेही शहरातून म्हणून कांबळेला लयी आनंद वाटत व्हता. तोरना दारी का मरना दारी हजर रहायची ही आमची रीत. इतक्या वरसानंही रीत इसरलो न्हायी याचं बहुदा कांबळेला नवल वाटत असावं.

मंगलाष्टकाची चढाओढ लागली व्हती- बामन नावालाच उभा व्हता– एकदाचं लगीन लागलं. टाळ्या पडल्या- बँड वाजू लागला. लगनाचा सारा देखावाच व्हिडिओवर घेतला जात व्हता. मनात मी हरखलो. एक करांतीकारक घटना, आन् तीही आपल्या गावात घडली, याचा पण अभिमान वाटत व्हता. काळीज सुपायेवढं झालं व्हतं. डोक्यावर गांधी टोपी ठेवून पाटलानं माझाही बहुमान केला व्हता.

पटांगणातच शेतात पत्रावळी मांडल्या व्हत्या. जातपात इसरून सारी मान्सं मांडीला मांडी खेटून जेवत व्हती. जेवनात लाडू, बरफी, जिलबीची रेलचेल व्हती. मराठी मुलखात दुष्काळ पडलाय ते खरंच वाटत नव्हतं. विहिरीत बरफाच्या लाद्या सोडून पानी थंडगार केल

व्हतं. मह्या शेजारीच तात्या जेवत व्हता. पन आज तो नको तेवढा गपगार व्हता. जेवता जेवता तात्याला बोलतं केलं.

'तात्या, आज तर तुझंही काळीज सुपाएवढं व्हायला हवं होतं. असा गपगार का?'

'काय सांगायचं लेका. लयी जुनी गोठ हाये. पाटलानं आपल्या जातीची बाई ठेवली व्हती. तिच्यापासून झालाय हा नवरदेव. मुलगा अक्करमासा म्हनून कुनी पाटलाला जातीत पोरगी देईना तवा हे आड्याचं पानी खाली पायरीला आलं.'

तात्याच्या बोलन्यानं सार जेवान कडूइय्यार वाटू लागलं. तसाच तिरमिरीत उठलो– हात धुतला आन कुनाला न इच्यारता शहराची वाट धरली.

खेड्यात हे आसं आन शहरात दुसरंच. ताळमेळ कायी बसत नव्हता. डोसक्याचा गोयंदा झालेला. हरि-शंकर परसाइची गोष्ट आठवली. ती घडते शहरात. नव्यानंच जसं एमआयडीसी सारखं नवं शहर वसत हाये. उंच उंच इमारती उभ्या रहातात. येगयेगळ्या इमारतीत नवीन आलेली खटली. सारी शिकली सवरलेली. कुनी इंजिनियर तर कुनी डाक्तर. आता परेम हा तसा साथीच्या रोगासारखा पसरत जातो. तिथं जातीपातीची, धरमाची, परांताची बंधनं आड येत न्हायीत. अशाच नाजूक येळी एका मराठ्याच्या पोराचं आन बामनाच्या पोरीचं लफडं सुरू झालं. आईबापांना पत्ता न्हायी. शेवटी पोरानं आपल्या बापाला सांगितलं– 'बस– काही पन करा कुलकरनीच्या बाला भेटा. तिच्यावर माझं मन जडलंय. तिच्यावाचून जगू शकत न्हायी.' लेकाचा जीव तीळतीळ तुटताना पाहून मुलाचा बाप कुलकरनीच्या घरी गेला. बापाला आधी वाटलं, हे सारं ऐकून हुसकूनच देतील आपल्याला कुलकरनी. पन झालं भलतंच. लयी आगतस्वागत झालं. सारं ऐकल्यावर कुलकरनी म्हंगाला, 'फार बरं झालं तुमी आलात. न्हायी तर आमच्या जातीत लयी हुंडा. तुमाला मुलगी दिली तर हुंड्यातून सुटका व्हयील. पन एक मातूर खरं की लगीन लावता येनार न्हायी. ते धर्मशास्त्रात बसत न्हायी. तुमी तुमच्या लेकाला सांगा, माझ्या मुलीला पळवून न्यायला. पळवून नेणं धरमात बसतं.'

□

डबडं

लहानपनी साळंत एक धडा व्हता. धड्यात लिव्हलं व्हतं, एका मानसाला त्याचं मैतर येता जाता 'हीप्पोपोटेमस' म्हनून चिडवीत. मानसाला वाटायचं की आपल्याला मैतरांनी मोठी पदवीच दिलीय. कुनी हीप्पोपोटेमस म्हनाले की तो लयी खूस व्हायचा. एकदा तो रानी बागेत गेला. पिंजऱ्यातली सारी जनावरं पाहिल्यावर तिथं त्यानं गेंडा पाहिला. काळ्यासार जाड कातडीचं भलं मोठं धूड चिखलानं बरबटलेलं ! गेंड्याच्या पिंजऱ्याम्होरं पाटी व्हती 'हिप्पोपोटेमस.' 'आपल्याला मैतर गेंडा म्हनत्यात, आन आपल्याला त्याचा पत्ताच नाही. मैतरांचा मनभर राग आला. साळं, आपन रानीबागंत आलो नसतो तर बरं झालं आसतं. आपण केवढं खुशीत व्हतो. त्याचा हिरमोड झाला!

हा धडा आठवायचं कारन म्हंजी कालपरवापत्तुर दूरदर्शनला कुनी कुनी 'इडियेट बॉक्स' म्हनायचे. मला वाटायचं– काय तरी भारदस्त नाव असावं. साऱ्या जगाची खबर आनत न्हाय, तर नजरेपुढं ढळढळीत चित्तार उभा करतोय. किसनदेवाच्या त्वांडात यशवदा मायला दिसलं नसलं तसं सारं जग दावतोय. मी पाहात असताना अक्षी हारकून जायचो.

कालपरवा लेक कालेजातून आला तवा सहजच इच्यारलं, 'लेका– इडियेट बॉक्स म्हंजी कापरं?' तो हसायलाच लागला. म्हणाला. 'बव, आरं इडियेट म्हंजी येडखुळं, आन 'बॉक्स' म्हंजी 'डबडं!' रानीबागेतल्या मान्सावानी माझी गत झाली. त्वांडात मारल्यावानी झालं. कळ दाबल्यावर आपून जे बघतो ते म्हंजी येड्याचा बाजारच

वाटला. आंबेडकरबाबांची रिळ पाहिली आन आपलं तर टकुरंच सरकलं. हिंदी सिनेमा तरी बरा. बाबासाहेबाच्या रिळाला काही शेंडाबुडकाच नव्हता. आठ भागाला इस लाख रुपये मोजले म्हनत्यात. आधी कायी गाजावाजा व्हता की जाहिरात व्हती? दोन दिवस आधी बातमी दिली, आन चोरून लपून एकदमच झळकली मालिका. पन ह्या आधीच्या मालिका रामायन, महाभारत डंका वाजवीत आलेल्या. बाबासाहेबाचं जलमाचं संभरावं वरीस, येवढी बाबासाहेबांनी घटना लिव्हली! हवापान्यायवढंच बोलन्याचं, लिव्हन्याचं, मत मांडन्याचं स्वातंत्र्य घटनेत लिव्हलं, ते सारं सारं इसरलं गेलं. घाटावरचं पिंडदान उरकावं तसं आठ भागात बाबांचं जीवन उरकलं. दलितांच्या तोंडाला पानं पुसली.

काम करनारी मान्सं तर काय अक्षीप नमुन्याची निवडली! वाः वाः बाबासाहेब केवढे उंचधडंग, गोरेपान, चेहऱ्यावर तेज. त्यांनी केले त्या लढ्यानं सारं भूमंडळ हाललं. पन त्यांचा रोल करनारा नट कसा? तर 'बुटुकबेंगान'. माईसाहेब तर म्हनाल्या, पिग्मीसारखा दिसतोय'. मध्येच किंचाळायचा. दात काढायचा. व्हटाची इपरीत हालचाल कराचया. छटाकभरही बाबासाहेब वाटत नव्हतं. सुभेदार रामजी बाबा. त्याचं काम करनारा नट तर चंबळच्या खोऱ्यातील दरोडेखोरच वाटत व्हता! महात्मा फुले तर शेतात बुजगावनं उभं करावं तसे चितारलेलं. इतिहास तरी खरा सांगावा ना. तिथंही मुसळ केरात! इतिहासाची मोडतोड. सारे दुनियेला माहीत, की सलग पाच वरीस झगडा करूननही बाबासाहेबांना नाशिकच्या काळाराम देवळात येऊ दिलं नाही. पन रिळात मातूर बाबासाहेब देवळात गेलेले. पहिल्या गोलमेज परिषदेत गांधीबाबा हजर नव्हते. पन रिळात मातूर दावले. महाडचं चवदार तळं गावच्या मधोमध होतं. पन रिळात हे तळं जंगलात दावलं. तळ्याचं पानी येवढं गढूळ तर पान्याला कुनी त्वांड लावायला तयार न्हायीत. दलितांच्या घराघरात माता रमाबाईचा फोटू डोक्यावर पदर घेतलेला. डोळ्यांत गायींच्या डोळ्यासारखी अपार माया. पन मालिकेत रमाबाई दिसली तिने डोक्यावरचा पदर खांद्यावर टाकलेला. बाबाच्या जलमाच्या येळेस इजेचं दीवे नव्हतं. पन मालिकेत इजेचे दिवे जळतात. महूची लष्करी छावनी न दावता,

एका झोपडीत बाबाचा जलम झालेला दावला असा किती पाडा वाचावा?

मालिकेचं सूप वाजलं. मुर्दाड मनानं आमी ती पाहिली. त्वांड दाबून बुक्क्यांचा मार. तेरी भी चुप, और मेरी भी चुप. वाटलं, जनू काय आनीबानीचा पुना काळ अवतरलाय. दलितांची येरागबाळी पिलावळ आपआपल्या बिळात गार वारा घेत बसली. वाटलं व्हतं, पुना रिडल्ससारखी मान्सं मैदानात उतरतील. पुढाऱ्यांचं डमरू कायी वाजलं न्हायी. उठसुठ बाबांचे नाव घेणारी पुरोगामी मंडळीही गपगार राहिली. नामांतरवालेबी गायब झाले. दलित राष्ट्रपती करा म्हननाऱ्या जनता पारटीनंही मुसकं बांधलं.

काहींनी पेपराकडं धाव घेतली. दोनचार मान्सं कोरटात गेली. जनतेचा रेटा नसल्यामुळे कागदाला कोन हुंगतंय? कोरटानं फर्मान काढलं. तीन इद्वानांची कमिटी नेमली. तो पहोत्तर पुराखालून लयी पानी वाहून गेलं व्हतं. सातवा आन आठवा भाग कमिटीनं पाहिला. 'ताबडतोब हे भाग बंद करावेत.' असा फतवाही कोरटाला सादर केला. पन 'रोबो' सारखं हे डबडं जनतेच्या भावना तुडवीतच पुढं गेलं. उगाच न्हायी त्याला 'खुळं डबडं' म्हनत!

□

साळाबाहेरची साळा

गोरेगाव आरे कॉलनीत दुधाचा कारखाना हाये हे जाणून व्हतो. पन जवा कळलं की तिथं लेखक-कवींचाही कारखाना उघडणार हाये तवा च्याट पडलो. इचारवंत म्हणत्यात, ''लेखक-कवी जलमाला यायला लागत्यात. केळीच्या झाडाला जसं अलगद केळीचं घड लागतात तसं आपोआपच लेखक-कवी बाळंत व्हत्यात'' पन हा साराच दावा खोटा पाडायला निघालेत 'कोरो आणि ग्रंथाली'.

आता तुम्हाला ग्रंथाली माहीत असेलच. साऱ्या मराठी मुलखात पुस्तकांची दिंडी काढणारी, पुस्तकांची जत्रा भरवनारी, पन 'कोरो' ही काय भानगड हाये हे मलाही काल परवा पहोत्तर माहीत नव्हतं. तुमाला अक्षरधारेवाले साळा बाहेर साळेवाले माधव चव्हाण माहीत असतील. त्यांनी काढलेली 'कोरो' ही वाचक चळवळ. मी आपलं समजून चाललो ज्याची पाटी कोरी त्यावर गिरवायला निघालेली ती 'कोरो'. हा माधव चव्हाण म्हंजी झपाटलेला माणूस. ममईच्या झोपडी झोपडीत त्यांनं ही साळा बाहेरची साळा काढलेली. सावित्री बायच्या नावानं सावित्री वाचनालय भागाभागात काढलेली. महात्मा फुले यांचं सपान पुरं करण्याचा कोरोवाल्या मंडळींनी जनू काय इडाच उचललेला. आता सावित्री वाचनालय म्हंजी तुम्हाला आपल्या शहरातील वाचनालयासारखी वाटतील. तसं काय न्हाय बघा. घरोघर जावूनस्यान बुकं वाटत्यात. सारं काही फुकाट. वरगनी न्हायी. बुक फाटलं हरवलं तर दंड न्हायी. डांगोरा न पिटता हे काम ममईत कवा पासून चाललेलं. नव्यानं शिकलेल्या बाया-बापड्या साळंबाहेरच्या साळंत

मायंदाळ येतात. बापे मातर तुरळक. यांच्यापुढे बुकं दिली जात्यात. ती मात्र पोरा-सोरांची. चिऊकाऊची, राजारानीची, भुता-खेताची. तर सांगत काय हुतो– यांच्यासाठी बुकं लिव्हिण्याकरिता कारखाना आरे कॉलनीत उघडला. मराठी मुलखातून थोर थोर लेखक-कवी तिथं आलेलं. त्यात काही पोर-सवदा नव्यानं घडू घातलेले.

कारखान्याच्या उद्घाटनाला एखादा मंत्री येईल असं उगाच वाटत व्हतं. पण उद्घाटनाला आल्या त्या झोपडपट्टीतल्या वीस-पंचवीस बाया. माझ्या सारख्याच गावरानी भाषेत बोलणाऱ्या, सुरुंगाची दारू उडावी तसे त्यांनी आपले अनुभव सांगितले. शहरातील थोर-थोर लेखक-कवी मंडळींना हे सारं नवं व्हतं. दगडाचे कवचे उडावेत तसं त्याचं झालं. फाड फाड बुकं वाचनारांना आपन केवढ्या पाण्यात उभे आहोत याचं भान आलं.

काय सांगावं त्यांनी, ''जवा आमच्या वसतीत, साळा बाहेरची साळा नव्हती तवा ठायी ठायी दारूचे गुत्ते व्हते. मटका, जुगार चालायचा. दारू म्हंजे आमची सवतच. साऱ्या आया बाया शिकू लागल्या. साऱ्यांची एकी झाली. सारे दारूचे गुत्ते फोडले. एखादा दारूडा आपल्या बायकोला मारतो म्हणून साऱ्यांनी वसतीत त्यांची धिंड काढली, दारूपायी एखाद्याचा नवरा रेशन कार्डही गहान ठेवायचा. मटका जुगार बंद केला. महात्मा फुलेंनी सावित्री बायला शिकवलं'', पन त्यातली एक बाई तर आपल्या नवऱ्याला शिकवणारी निघाली.

थोर थोर लेखकांनी काही बायांची उलट तपासणी घेतली.

एकानं इच्यारले, 'माहेरची साडी' सिनेमा पाहिलात काय?

माहेरच्या साडीचा एका बाईनं नवा अर्थ सांगितला. ती म्हणाली,

'माझं नुकतंच लगीन झालं व्हतं. तवा आमी गावाला राहात व्हतो. शेळी वळायला सासूबाईनं सांगितलं. बोलून चालून शेळीच ती. माजी नजर चुकवून तिनं युरीया नावाचं भरपेट खत खाल्लं. पटकन मेली तवा जनमभर सासू डागायची. म्हनायची– पांढऱ्या पायाची. तुझ्या मुळंच शेळी मेली.' माहेरच्या साडीचा हा नवा अर्थ ऐकून सारेच गार झाले.

एकानं विचारलं, 'तुम्ही हे शहर सोडून खेड्यात का जात न्हायी.'

बाई लगेच बोलली, 'खेड्यात जावून दगडगोटे का खायचे? त्यातल्या काहींनी गाणी म्हटली. एका बाईनं तर आपून नव्यानंच रचलेली स्वतःची गाणी म्हटली. पुस्तकाची गंधवार्ता नसताना ही बाई अशी गाणी रचती याचा साऱ्यांना अचंबा वाटत व्हता.

ऐरणीवर घन मारायला नामचंद लेखक-कवी इचारवंत आले व्हते. त्याचं बौद्धिक की काय म्हणत्यात ते मधीमधी होत व्हते. नारायण सुर्वे, अरुण साधू, मेधा कुलकर्णी, रंगनाथ पठारे, दिनकर गांगल, शंकर वैद्य, कुमार केतकर यांनीही आपली हजेरी लावली. काही सुट्टे सुट्टे पार्ट तयार होत व्हते. सांगाडा बांधायचा व्हता. त्यात जीव फुकायचा व्हता.

शेवटच्या दिवसी मातूर कहरच झाला. समारोप करायला आले घाशीराम कोतवाल फेम विजय तेंडुलकर. त्यांनी साऱ्या कार्यक्रमावर बोळाच फिरवला. ते आपल्या भाषणात म्हणाले, 'तुम्ही ज्यांना अडानी समजता हे लयी ग्यानी असतात, त्यांना शिकवून काय फायदा, मान्सं शिकल्यामुळं बनचुके व्हत्यात' हे सारं ऐकून आपली तर कवटीच सरकली. हा दाढीवाला बाबा म्हंजी नव्या मनूचा अवतार वाटला. महात्मा फुले म्हणाले, 'विद्ये विना मती गेली, मती विना निती गेली, निती विना गती गेली, गती विना वित्त गेले, वित्ता विना शूद्र खचले, इतके अनर्थ एका अविद्येने केले' हे सारं फुकट गेलं. आधुनिक इच्यारवंताचे बोल ऐकून मला कीर्तनकाराची गोष्ट आठवली. एक अस्तो कीर्तनकार. रातीच्या वेळी, कीर्तनात आपल्या समोर असलेल्या बाया बापड्यांना उपदेश करीत असतो. 'बायांनो सूर्य नारायण जगाचा माता हाये. तो उगवला म्हंजी त्याला वंदन करावे. त्याच्या समोर इराकतीला बसू नये. सूर्य नारायणाचा तो अपमान आहे. सकाळ जवा होते तवा कीर्तनकार उगवतीला त्वांड करून इराकत करतो हे पाहून बाया खवळल्या, त्याला आडव्या झाल्या. तो शांतपनं म्हणाला, 'बायांनो हे तुमच्यासाठी. मला फिरवता येतं. तुमाला फिरवता येत न्हायी.'

□

कळसाला गिलावा

काल परवा पेपरात बातमी वाचली. ममई म्हंजी मुंग्यांचं वारुळ. हे वारुळ कायी एका ठानकावर बुड टेकवून बसत न्हायी. सारखं डुगडुगत चालतं. मधल्यामधल्या ठेसनात थांबतं. या वारुळाला गोमेच्या पावलासारखेच डबे लोंबकळलेले. आता तुमच्या ध्यानात आलं असंल की मी ममईच्या लोकल बाबत बोलतोय. लोकल म्हंजी तोबा गर्दी. एकाच्या पायाला खाज आली तर तो गर्दीत पाय खाजवायला लागला तर दुसराच कोकलतो आपला पाय खाजवला म्हणून. पेपरात बातमी व्हती. नेहमीसारखीच.

चर्चगेटवरून गाडी वसईकडे निघालेली. चर्चगेटला बसलेल्या मान्साला मधीच अंधेरीला उत्तरायचं आस्तं. पन त्याला कोन उतरू देतेय? साऱ्यांचीच कावकाव– साला वसईके गाडीमे चडा क्यू? यह हमारी गाडी है. चल हमारे साथ. वसईमे तेरुको खाडीमे डुबाता.' कुनी काय कुनी काय बोलत व्हते. आता कुणी त्याला टपल्या मारतात तर कुणी धक्काबुक्की करतात. –अंधेरीला उतरता काही त्याला येईना. बोरीवली आली तरी तसंच. तो कावून म्हंगाला, 'गाडी राष्ट्र की संपत्ती है. तुमारी बापकी नहीं.' झालं सारे धटिंगण गिधाडासारखे त्यावर तुटून पडले. त्याच्या कापडाच्या चिंध्या केल्या. अंग रक्तबंबाळ झालं. काही डुलक्या घेणारे, पेपरात डोकावनारे गपगार व्हते. कुनालाच त्याची कीव आली न्हायी.

आता ही नुस्ती ममईची घटना म्हणून वाऱ्यावर सोडून द्यायची काय? आपल्या देशाचीही अवस्था या डब्यातील गर्दीसारखीच

झालीय ना? आपल्या मनात डोकावून पाहिलं– भोवताली नजर टाकली, पहायला शिकलं तर कोन कुनाचा दुसमान हे काही कळत नाही. परांत वाद, भासावाद, धरमवाद, जातीवाद बोकाळलाय. शेजारी राहणारी मान्सं कधी कुनाच्या बोकांडी बसतील– घरदार जाळतील हे सांगता यायचं न्हायी.
केशवसुत म्हंगाले तेच खरे. 'नरेची केला हीन किती नर' मानूसच इद्रूप करायला निघालेत.

नेमेचि येतो मग पावसाळा तसा पंधरा आगस्ट म्हंजी आपला स्वातंत्र्य दिन दर वर्षी येतो. लाल किल्ल्यावर ग्वॉड ग्वॉड भाषनं झडत्यात. भारत माझा देश हाये. सारे भारतीय माझे बांधव आहेत या घोषणा व्हत्यात. आत दुसऱ्या दिवसापासून जो तो आपल्या धरमाच्या, आपल्या प्रांताच्या, आपल्या जातीच्या बिळात घुसतात. एकमेकांची डोकी फोडतात– मानूस इद्रुप करत्यात.

देश म्हंजी तरी काय? देशातली दगडमाती? गंगा? हिमालय का नुस्ती ठायी ठायी विखुरलेली देवादिकांची माळ? देश म्हंजी का येद उपनिषदं– का पुरानं. देशातल्या मान्साचं काय? काहीत देश पिरामिडसारखा वाटतो. तिथं म्हनं मान्स दफन करत्यात. भुसा भरून ठेवत्यात. कुनी तरी येतात. फीत कापतात. कळसाला गिलावा देतात. स्वातंत्र्यानंतर गंगेच्या कावडी आल्या तर त्या रिचवल्या गाढवाच्या तोंडात. समाजाचे पाय मातूर लुळे पडलेले. तळागाळात रुतलेले. या डगमगत्या पायावर स्वातंत्र्याचा कळस कसा उभा राहानार?

विनोबा भावे यांची गोष्ट आठवतेय. एका झाडाखाली सारी इच्यारवंत साधुपुढारी, पत्रकार, डाक्तर, इंजिनीयर, व्यापारी ही सारी जमलेली– त्यांच्या पुढ्यात देशाचा नकाशा. फाटलेला. दरेक येतो आन नकाशा जुळवतोय. पन नकाशा काही जुळत न्हायी– कधी देशाची सीमा जुळत नव्हती तर कधी नदीवरून भांडण व्हत व्हतं. कुर्ता भासरं घेवून जोडत व्हते तर कुर्ता धरमे कुनाचा पायपोस कुणाच्या पायात नव्हता. झाडाच्या मागं एक गुराख्याचा पोर हा सारा तमाशा पाहात आस्तो. तो पुढे येऊन म्हनतो, 'मी जोडू का देशाचा नकाशा?' सारेच हसतात. बावळट म्हणून बघू लागतात. त्याची

गंमत करावी म्हनून त्याला नकाशा जोडायला लावतात. त्या गुराख्याच्या पोरानं काय करावं? नकाशाचे तुकडे भाकरी परतावी तसे परतावले. त्या बाजूला मान्साचं चित्तार व्हतं. त्यानी साऱ्या अंगात फाटलेला मान्साचा चेहरा जोडला. पुना परतून पाहिलं तर सारा देशाचा नकाशा आखंड झालेला. माणूस माणूस जोडला म्हंजी देश तयार होतो ते त्या पोरानं सगळ्यांच्या टाळक्यात बसवलं.

गुराख्याच्या पोराच्या टाळक्यात जे आलं ते मातूर आमच्या टाळक्यात येत न्हायी. ज्यांच्या ज्यांच्या टाळक्यात हे आलं त्यांचे देश जगात नाव कमवत्यात. आठवन आली जर्मनीची. जागतिक पुस्तकपंढरी भरली व्हती जर्मनीला. तवा तिथं भारतीय लेखकाबरोबर गेलो व्हतो तवाची आठवन येतेय. महायुद्धात सारा जर्मनी बेचिराख झालेला. राखेतून एखादं पाखरू उठावं, आभाळाला भिडावं तसा देश उठला आभाळाला भिडला. नुस्ता मोठा झाला न्हायी तर मानूस न् मानूस जोडला. देशात बांधलेली मधली भिंत बुलडोझर लावून पाडली. ही भिंत पडत असताना मनात येत व्हतं आपली आन पाकिस्तानमधील भिंत कवा पडनार? न्हायी तर सारेच एकाच जर्मनीच्या तुकड्यावरचे. एकाच रक्तामासाचे.

तर काय सांगत व्हतो जर्मनीच्या भेटीबद्दल. पुस्तक पंढरीचं सूप वाजलं आन येगयेगळ्या शहरात आमी जर्मनीचं दरशन घेत व्हतो. असाच रमतगमत फिरत असताना एका चर्चच्याबाहेर एक गोरापान म्हातारा बसलेला. दारूनं झिंगलेला. गलितगात्र. त्याच्यासमोर उपडी ठेवलेली हॅट. मला त्याची दया आली. त्याच्या टोपीत त्याच्या देशाचं नाणं टाकलं एक मार्क. माझं समाधान फार काही टिकलं न्हायी. एक सुटाबुटातला गोरापान जर्मन माणूस आला. आन आपल्या खिशातून तसंच नाणं काढून मला दिलं. मी चाट पडलो.

याला म्हनावा– खरा देश. देशातील खरीखुरी मान्सं आन खरंखुरं देशप्रेम.

□

मिसीसिपी मसाला

मराठी सिनेमाची धाव कुठवर तर माहेरच्या साडी पहोत्तर—कोपऱ्यात बसू आन मुळू मुळू रडू. न्हाय तर हिंदी सिनेमा म्हंजी डिश्यांव डिश्यांवऽऽ... सात पानी चढलं आन सात पानी उतरलं... पन आपुल्याच मुलाखातल्या दोन बाया सारा त्रिखंड गाजवत्यात. त्यांचा पहिला सिनेमा सलाम बाँबे' पाहिला असल तुमि. रस्त्यावरच्या भिकारी पोरांना जमवून काढलेला, चाय-पाव आनी चिलीम अशी नावं असलेला. अजून इसरला नसाल. त्यांचाच दुसरा सिनेमा दूरवर त्रिखंडात गाजतोय.त्याचं नावही अफलातून म्हंजी 'मिसीसिपी मसाला.' आजून इंडियात यायचा हाये तो. नेहमीची चाकोरी सोडून सिनेमा काढणाऱ्या या बायांची नावं हायेत मिरा नाय्यर आन दुसरी सोनी तारापुरवाला. मिरा नाय्यर ओरिसातली तर सोनी तारापूरवाला ही ममईची. आहे की नाय गंमत?

तर काय सांगत हुतो, हा नवा सिनेमा 'मिसीसिपी मसाला' काल परवाच पाहिला. तो काही थेटरात नाही तर घरातल्या घरात व्हिडीओवर. एखाद्यानं डोळ्यात आंजन घालावं तसं वाटलं बघा! सिनेमाची स्टोरी तशी वळखीची. लैला मजनू, शिरी-फरिहाद अशी ताटातुटीची. पन ही स्टोरी आजच्या रंगात बुडवलेली न्हाय. म्हटलं तरी काळा गोरा रंग, वंशवाद जगातही बोकाळलेला. आपल्याकडं थोडाफार गोरा असला तरी बाहेरच्या जगात, युरोपात काय, आमेरिकेत काय त्यांना काळे म्हणूनच वळखतात. दलित कवीची कविता याद येतेय.

"लॉस् एंजलस् वरून तू लिहिलंस, इथं भर हॉटेलात इंडियन

आन कुत्ते एकाच मापानं मोजतात. निगर काळे म्हणून शिव्या हासडतात. आतल्या आत सहस्त्र इंगळ्या डसतात...''

तर असं एखाद्या भारतीयाला तिथं असा अनुभव येतोय. पण भारतीयालाही गोरा मानूस-गोरी कातडी ग्वाड वाटते. त्याच्यासमोर एखादा निग्रो-जाड ओठाचा-राठ केसाचा– तव्यासारखा काळ्या रंगाचा उभा केला तर तो त्याला जवळ करीलच असं न्हायी. बेटी व्यवहार तर शांतम् पापम्. तर अशीच स्टोरी हाये इंडियन पोरीची आणि निग्रो पोराच्या लळिताची. मिसीसिपी मसाल्यात दोन संस्कृतीची साठमारी पाहाताना जीव कावराबावरा व्हतो.

युगांडा हा काळ्यांचा– निग्रो मुलखाचा देश. एकोनीसे बाहत्तरची गोष्ट. तवा तिथं इदी आमीन नावाचा राजा गादीवर. राजा कसला सैतानच. माणसाचं मास खायचा म्हणत्यात. तवा भारतीय लोक युगांडात लयी व्हते. व्यापार-उदीम करून राहात व्हते. आपल्याकडं जसं सीवसेनेनं मदराशी लोकाइरुद्ध हाकाटी केली, तसं तिथं झालं. नुसती हाकाटी केली नाय तर हुसकावून लावलं. आपल्या अंगावरच्या कपड्यानिशी घराबाहेर देशाबाहेर काढलं. सारी मालमत्ता किडूक मिडूक तिथंच सोडून.

घराबाहेर-देशाबाहेर हुसकल्याची एका कुटुंबाची दैना– तीही भारतीय माणसाची हे पाहून गलबलायला व्हतं. युगांडामधी या नवराबायकोला सात आठ वरसाची लहान मुलगी असते. या घराशेजारीच निग्रोचे कुटुंब. तिच्या काळ्या कुळकुळीत मुलाबरोबर ही भारतीय मुलगी खेळत असते. निग्रो माणूसही लयी दिलदार. भारतीय म्हणून युगांडात जवा नायकाचा छळ व्हतो, त्याला तुरुंगात डांबतात तवा हा काळा निग्रो पोलिसांना लाच देऊन भारतीय नायकाला तुरुंगातून सोडवतो. युगांडा सोडताना, एकमेकांना दुरावताना दोन्ही कुटुंबांना होणारं दुःख बघताना काळीज हेलावतं.

पुढं सिनेमा जवा सुरू होतो, तो काळ एकोनीसशेनव्वद सालातला. मिसीसिपी नदीकाठचा. अमेरिकेतला. आता युगांडामधून परागंदा झालेले भारतीय कुटुंब अमेरिकेत ठीकपणे बुड टेकलेले. मालकीचं मोठं दुकान– घरापुढं चकचकीत गाडी. राहून राहून नायकाला युगांडाची आठवण येते. आपल्या काळ्या दिलदार निग्रो मैतराची.

आता सात आठ वरसानी नायकाची मुलगी वयात आलेली. सतरा अठरा वरसाची. सळसळत्या रक्ताची.

आणि इथेच खरी सिनेमाला सुरुवात व्हते. त्यांच्या सारख्याच युगांडामधून हुसकलेल्या काही भारतीयांचा भोवताली कबीला. हा भाग असा की नावाला एक दोन गोरे, बाकी या भारतीयांच्या शेजारीच, पुन्हा निग्रो लोकांचा कबीला. सनासुदीला, लगीन-मुंजीला भारतीय कवा कवा जमतात. आपली भारतीय संस्कृती कशीबशी जपतात. आरती म्हनताना होणारा त्यांचा बेसूर आवाज काहींना आठवत नाही. त्यात काही झिंगलेले पाहून हसायला येतं. त्यातच काही भारतीय तरुण पोरं-पोरी उठून, सरळ कलबात जातात. आणि तिथं पॉप संगीतात काळ्या जांभ पोरापोरी बरोबर बेफाम नाचतात. एकमेकांच्या गळ्यात पडतात. आणि इथंच नायकाच्या पोरीची आन तरण्याबांड निग्रो पोराची गाठ पडते. ती भारतीय पोराला झिडकारते. दोन संस्कृतीची इथंच ठिणगी पडते. आणि दोन्ही घरात हलकल्लोळ उडतो.

आता भारतीय नायकाचा नूर बदललेला. आपल्या पोरीनं काळा कुळकुळीत जाड ओठाच्या, राठ केसाच्या, आन काळ्या कातडीच्या पोराला नवरा म्हणून निवडलं हे पाहून नायकाच्या जिवाचा तिळपापड व्हतो. तो लेकीला समजावतो. आपल्या हिंदुत्वाच्या परंपरागत धंद्याचा पाडा वाचतो. पन लेक सांगते, मी आता लहान नाही. शिवाय ही अमेरिका आहे. इथे सारी समान आहेत. नायक आता निग्रो मुलाचेही वाभाडे काढतो. त्याच्या रंगावरून त्याच्या गुलामीच्या खानदानीला नावे ठेवतो. युगांडामध्ये आपल्या मैतरानं केलेला उपकार तो इसरतो. आपण भव्य दिव्य संस्कृतीतील हावोत आन आपल्या पोरीनं हे काय केलं, याच इच्याराने तो वेडापिसा व्हतो. पुना युगांडात, सगळ्यांना घेऊन जावं असं तो ठरवतो. तशी तयारीही व्हते. पन पोरगी काय बापाबरोबर येत न्हायी. ती त्या निग्रो पोराबरोबर पळून जाते.

नायक एकटाच युगांडाला परत जातोय. तिथे तो आपल्या मैतराचा शोध घेतोय. नायक असाच बाजारात फिरत असतो. गर्दीत एक लहान पोर निग्रो मातेच्या कुशीत असलेले. तसेच काळेभोर, जाड केसांचे, जाड व्हटाचे ते नायकाला बिलगू पाहते. नायकही

त्याला आपुलकीने जवळ घेतो. इथे सिनेमा संपतो. आपल्या मुलीनं फार काही वाईट केलं न्हाय. जगात कुठेही गेलं तरी माणूस हा एकच. एका मासाचा हाये. त्यात दुजाभाव न्हायी. हाच संदेश नकळत तुम्हाला 'मिसीसिपी मसाला' देतो, मनावर बिंबवतो. आपल्याही देशात घराघरात हा 'मिसीसिपी मसाला' जायला हवा, असे वाटते.

□

तुकाराम

संशोधक लई गमतीदार असत्यात. कुठं संशोधन करतील हे सांगता यायचं न्हायी. एकानं शोध लावला 'बलुत्यांत' दोनशे आठ पुरुष हायेत आन एकशे नव बाया हायेत. 'बलतुं' लिव्हनाऱ्यालाही याचा थांगपत्ता नसेल. आता जवा इच्यार करतो तवा वाटतं जीवनाच्या रहाटगाडग्यात ही मान्सं कुठं कुठं पांगली असतील. असंच बलुत्यातलं एक पात्र दिसलं. आन तेही फुटपाथवर जुनी बुकं इकताना. दाढी वाढलेली, लेंगा सदरा मळलेला. चष्म्याच्या काचेतून त्याचे डोळे वळखायला आले– आरे हा तर तुकाराम.

आयुष्याची किती तरी पाने नजरे-आड गेली. पुलाखालून लयी पानी वाहून गेलं. बोर्डिंग दिसू लागलं. तवा दगडू बोर्डिंगात व्हता. भेदरलेली सारी पोरं, महादेव कोळी म्हंजी आदिवासी. तवा हाच पहिल्यांदा एकुलता एक महार. साऱ्या पोरांनी त्याला दमात घेतलेलं, 'तू आमच्या पंगतीत बसू सकत न्हायीस. हॉलच्या बाहेर दरवाज्याजवळ बसावं लागेल. पुढं सरकलास तर चेंदामेंदा व्हईल.' दगडूला त्वांड दाबून बुक्क्याचा मार वाटायचा. त्याच्या मनात इच्यार यायचा– सालं आपला द्वेषाचं भजन गातोय. गांधीबाबाचं वैष्णव जन तो तेने कहिये– पीड पराची जाने रे– हे ऐकून सारे मान डोलवतात. पन परसादाचं ताट आपल्या हातात देत न्हायीत. आपल्या हाताला काय महारोग झाला काय?

तुकाराम आला आन बांडी नडली. त्यानीच पहिल्यांदा बोर्डिंगच्या मुलांना पहिला हिसका दावला. बोर्डिंगात आलेला हा दुसरा महार.

नुकतंच त्याचं लगीन झालेलं. धोतर, डोक्याला जरीचा पटका-
अंगात नवा कोरा सदरा. त्यावर हळदीचे डाग. तो काळ्यांच्या
पोराशेजारी मांडीला मांडी लावून बसला. बोर्डिंगात खळबळ उठलेली.
तो हाडापेरानं मजबूत. सारेच त्याला पाहून हबकलेले.

तुकारामाची सारीच गंमत व्हती. साळंला सुट्टी पडली म्हंजी तो
गावी पळायचा. वयात आलेली त्याची बायको त्याची वाट पाहायची.
परत आला म्हंजी पिरतीच्या कथा साग्रसंगीत सांगायचा. तुकारामाचा
बाप टाकसालीत कामाला व्हता. म्हाताऱ्यानं गावी बराच जमीनजुमला
घेऊन ठेवलेला. कधी त्याचा बाप मुंबईहून यायचा. त्याला नवीन
कापड-मिठाई-खजूर घेऊन यायचा. पुढं कुठल्या तरी वरसी तुकाराम
नापास झाला. त्याचा बाप म्हनायचा, ''अरे हा एकाही परीक्षेत पास
झाला न्हायी– घरी तरी त्याला कुत्रे-मांजर व्हावं की न्हायी?''

पुढं बराच काळ तुकारामाचा थांगपत्ता लागत नव्हता. कुनी
सांगायचं त्यानं रेती-वाळूचा धंदा काढलाय, तर कुनी सांगायचं, तो
भंगार इकतोय. काही काळ वनखात्यामार्फत डोंगरावर झाडंही लावण्याचं
कंत्राट त्यानं घेतलंय असंही पुढं उडत उडत कळालं. त्याच्या पायाला
भिंगरी व्हती येवढं मात्र खरं. तो कधीही एका जागी दिसायचा
न्हायी. आज जवा त्याला दादरच्या फुटपाथला जुनी बुकं इकताना
पाहिलं तवा मी चांगलाच उडालो. येवढ्या वरसानंतरही तुकारामानं
मला वळखलं. त्याला लयी आनंद झाला व्हता.

मी त्याच्या फुटपाथवरच्या रांगेनं लावलेल्या बुकाकडं पाहात
व्हतो. जवळच भिंतीच्या कडेला एक दोन पेटारे. पुस्तकाच्या रांगेत
साऱ्या इसयाची पुस्तकं व्हती. कॉम्प्यूटरपासून तर धारमिक पुस्तकं,
कथा-कादंबऱ्या दिसत व्हत्या. मोठं मोठं लेखक, कवी मांडीला मांडी
लावून फुटपाथवर बसले होते. तुकारामाचा धंदा तसा तेजीत व्हता.
एक दोन नौकर पदरी बाळगून तुकाराम व्हता.

धंद्याकडे पाहायला एका नौकराला सांगून तुकाराम मला जवळच्याच
इराणी हॉटेलात घेऊन गेला. तुकारामाची ही अवस्था बघून मी मातूर
मनात गलबलून गेलो व्हतो. तुकाराम मातूर आपल्याच मस्तीत व्हता.
मोठमोठ्या लेखकाची आपली कसी वळख हाये. ते तो कौतुकाने
सांगत व्हता. त्यांना हवे ते दुरमिळ पुस्तक आपून कसी शोधून

काढली, ही पुस्तकं आपून कुठून इकत घेतो, जुन्या पुस्तकाला भाव कसा मिळतो. पुस्तक हातात घेतल्याबरोबर त्याचं मोल कसं आपल्याला कळतं, काही येळेला गंमतीही कशा घडतात हे त्यानं सांगितलं. एका मुख्यमंत्र्याला कवीनं भेट म्हणून दिलेलं पुस्तक आपल्याकडं कसं इकायला आलं हे सारं तुकाराम भडभडून सांगत व्हता. बा कवाच मातीआड गेलाय... घरी विहीर मळा हाये... मुलगा एकलाच एक

पन घरी कोंबडीसारखं बसायला आवडत न्हायी. घराची सावली खायला उठते. तुकारामाची ही आपली फिलॉसॉपी. आजच्या व्यवहारी जगात कुणालाही हा येडचाप वाटेल. घरची सुखाची सावली-विहीर मळा. गोकुळासारखे नांदते घर– येवढे सोडून तुकाराम जुन्या पुस्तकाच्या जगात फुटपाथवर राहतो. पाऊस आला तर पुस्तके भिजू न्हायी म्हणून लगबगीनं गोळा करतो. पेटाऱ्यात भरतो. उसळ पाव खातो आणि रातीच्या येळेला तीथेच कलंडतो.

संत तुकारामाला देवाचा– विठोबाचा ध्यास व्हता. आपल्या घराला– प्रपंचाला तुकाराम इसरला– म्हनतात तो पुढे सदेय वैकुंठाला गेला. त्याला ईमान आलं. या आधुनिक तुकारामाला जुन्या पुस्तकाचा ध्यास लागलेला. घरोघर ज्ञानाची पाणपोई जावी म्हणून पुस्तकासाठी रानोमाळ भटकणारा असा तुकाराम उद्या फुटपाथला मरून पडला तर देवाच्या सोडच, पन येणाऱ्या जाणाऱ्याला तरी ध्यानात येईल काय? अशा मान्सापुढं नाही चिरा-नाही पनती हेच खरे.

□

जग बदल घालूनी घाव

कलावंत इतिहास घडवतो असं थोर मंडळी म्हनत्यात. इतिहास घडवणारा कलावंत मातूर लोक इसरतात. हाच खरा इतिहास घडत आलेला.

अण्णाभाऊ साठे यांचं असंच झालंय. आगस्ट महिन्यात त्यांचा जनम दिन. कुनालाच त्यांची सय येत न्हायी बघा. लोकांची मेमरी का काय म्हनत्यात ती आधु आस्ती. पन लाल बावटेवालेही अण्णाभाऊंना इसरले. याला काय म्हनावं? सारी जिंदगी अण्णाभाऊंनी पारटीसाठी झिजवली . हाडाची काडं केली, उरी फुटे पहोतर गायले, नाचले, तुरुंगात गेले. अण्णाभाऊ आन् अमर शेख साऱ्या मराठी मुलखात जागरन करीत. हजारो मान्सं झुंडीनं त्यांचं कलापथक पाहात. स्वातंत्र्यचळवळ असू, कामगार लढे असू न्हायी तर बेळगावचे कारबारडांग सहीत अख्ख्या मराठी मुलखाची मोगनी असू, ही जोडगोळी तुफानासारखी रनमैदान गाजवीत. पुढं पुढं लाल बावट्यावाले फाटले. दोन तुकडे झाले– एक सीपीआय तर दुसरा सीपीएम. या जोडगोळीची फाटाफूट झाली. निवडणूक आली की पारटीवाले त्यांना भाव घ्यायचे. पन निवडणूक मोरच्या संपली की हे कलावंत अडगळीत. अण्णाभाऊंचे तर पुढं लयी हाल झाले. इडीकाडीलाही मोताद झाले.

लाल बावटेवाले जसे या कलावंताला इसरले तसे दलित लेखकही विसरले. पहिल्यांदा अण्णाभाऊंनं 'दलित' सबूत अजरामर केला. दलित सबूत जातीबाहेर काढला. सारे गोरगरीब-पिळ्ळे गेलेले-भूमीचे पुत्र असा नवा जोस दिला. 'ही धरती शेषाच्या मस्तकावर तरली

नसून, दलिताच्या तळहातावर तरली हाये' ही घोषणा त्यांनीच पहिल्यांदा केलीय. भल्याभल्यांचे डोळं दिपलं.

अण्णाभाऊनं काय म्हणून लिव्हलं न्हायी. गानी लिव्हली. वग लिव्हले. तमाशाचा चेहरामोहरा बदलून टाकला. त्यांची किती गानी आठवावीत. माझी मैना गावावर राहिली, महया जीवाची व्हतीया काहिली, दौलतीच्या राज्या, हाक दे शेजाऱ्याला रे शिवारी चला- रवी आला लेवनी तुरा, निघाली जिंदगी भराभरा, ममईची लावनी. लहानपनी त्यांचा वग पाहिलेला. 'आकलेची गोष्ट.' पोलीस कवाही येतील आन कलाकाराची धरपकड करतील असा तो काळ. सबूत करांतीकारक आस्तो त्यानं सरकारचं बूडही ढळमळीत व्हतं हे नव्याने बघायला मिळालं. पुढे ममईत शिवाजी पार्कमधी हजारो लोकांच्यासमोर किती तरी वग पाहिलेले. वाघ्या-मुरळीच्या नाचात वाघ्या झालेले अण्णाभाऊ. हातात खंजेरी-काळभोर लवलवतं इजेवानी शरीर. अण्णाभाऊंची किती रूपं आठवावीत.

अण्णाभाऊ नुस्ते शाहीर नव्हते. त्यांनी मायंदाळ बुकं लिव्हली. देशाबाहेर त्यांची किरती गेली. कादंबऱ्या नको म्हणून की गोष्टीची बुक नको म्हनू. पहिल्यांदाच गावकुसाबाहेरचं, भटक्याचं, माकडवाल्याचं, कंजारभाटाचं, मुलाण्याचं, म्हारामांगाचं जग समोर आलं. मराठीतल्या थोर थोर बोरू बहाद्दरांनी तरीही त्यांची हवी तशी दखल घेतली न्हायी. साहित्य अकादमी तर दूरच राहिली. मराठी सारस्वतांच्या देवळात त्यांचा बाटच धरला गेला. त्यांची 'फकिरा' गावकुसाबाहेरच राहिला. आजकाल पाच-दहा कविता लिहून/एखादं आत्मकथनाचं चोपडं लिहून एखादा दलित कवी-लेखक कुठं कुठं पोहचतो. सारस्वतांच्या डोक्यावर मिऱ्या वाटतो. ऐषआरामात राहातो-कुनी लाखभर रुपये मिळवतो तर कुनी आमदार व्हतो, तर कुनी टायोटा गाडी फिरवतो. अण्णाभाऊसारखा मोठा कवी लेखक दैनात, टाचा घाशीत मरतो याचं दुःख होतंय.

अण्णाभाऊंना अनेकांनी लुबाडले. पाच दहा रुपयांसाठी, एखाद्या दारूच्या बाटलीसाठी त्यांच्या कथेचे हक्क, पुस्तकाचे हक्क, सिनेमाचे हक्क विकत घेतले. ज्या समाजात करडीया गहू म्हणून इकतात त्या समाजात अण्णाभाऊंच्या साहित्याचा अस्सल गहू करडीयाच्या भावात

म्हणून मातीमोलानं विकला गेला. ज्याच्या लेखनात अनुभवाचा सच्चा मध निथळत असताना त्याची चव कुनालाच कळली न्हायी.

अण्णाभाऊंनी जात-धरम-पंथ कधीच मानले न्हायीत. त्यांची जयंती आजकाल मातंग करताना दिसतात. आपल्या जातीचा 'हिरो' पुजतात. पुतळे उभारतात. रोडला नाव घ्यावं म्हणून तेच भांडतात. शेवटी आपली देशातील जातीपातीची उतरंड मान्साला किती छोटी करते, सान्या आयुष्यभर अण्णाभाऊंनी जे जागरन केलं ते मातीमोल झाल्यासारखं वाटतंय.

अण्णाभाऊ जावून इस बावीस वरीस झालीत. हा महान कवी-लेखक जिंदगीभर जळत व्हता. तो जवा गुजरला तवा त्याला जाळायला-कफन घ्यायला जवळ पैसाअडका नसावा हे आज सांगितलं तर खरं तरी वाटेल काय? शेवटच्या काळात गोरेगावला सिद्धार्थ नगरात ते राहात व्हते. तिथंच त्यांचं निधन झालं. जावून बघतो तो बाजेवर त्यांचा काळा कुळकुळीत देह 'सापळा' होऊन पडलेला. उशाशेजारी गॉर्कीचा पुतळा. घर सारे उजाड. शेजारी पाजारी बोलत व्हते सारखे दारू पीत, खायला काही न्हायी. दाळचं पानी पीत व्हते. ज्या दिवशी अण्णाभाऊ गेले त्याच दिवशी गोरेगावच्या टोपीवाला टॉकीजमधी त्यांचा 'वारनेचा वाघ' हा सिनेमा लागलेला. वारनेच्या वाघाला जलम देनाऱ्या लेखकाला जाळायला पैसा नसावा. कुनी तरी सांगत व्हतं. जातवाला मंत्री आला व्हता. कुनाच्या तरी हाती पैसे देवून गेला. पण जमलेल्या लोकांत कुनीच कबूल व्हत नव्हतं. सबसांजेला अमर शेख आले. ते आपल्या दोस्तीला जागतात.

शेवटच्या शवयात्रेला दहा पंधरा मान्स असत्यात. त्यात नारायण सुर्वे, भट, अमर शेख, बाबुराव बागूल असत्यात. पारटीवाले मातुर कुनीच दिसत न्हायी. 'जग बदल घालूनी घाव, सांगून गेले मला भीमराव' असं गर्जून सांगणाऱ्या अण्णा भाऊंचा जगानं असा इपरीत बदला घेतला हे पाहून आजही मन तीळतीळ तुटतं.

◻

जुनून

लेक : बघ, जुनून नावाचा भन्नाट सिनेमा लागलाय. महेश भटाचा. बघाचाय.

बाप : त्यात काय बघाचं?

लेक : त्यात मान्सानी वाघाचं रूप घेतलंय. अमावश्या पुनवेला तो जागा व्हतो. डरकाळ्या फोडतोय. मान्साचे लचके तोडतोय.

बाप : मंग त्याला जुनून सिनेमा कह्याला बघायला हवा. तो तर आपल्या अवतीभोवती वावरतोय.

लेक : बघ-असं कोड्यात बोलू नग. बोरवलीच्या जंगलातील खऱ्या वाघाबद्दल सांगतोय काय?

बाप : न्हायी लेका. मान्सानीच वाघाचं रूप घेतलंय.

लेक : तो अमावाश्या पुनवेला जागा व्हतो काय?

बाप : तो कवाही जागा व्हतो. दसऱ्याला शिवाजी पार्कवर डरकाळ्या फोडतो. कवा कवा निवडणूक आली की हैदोस घालतो. तर कवा वर्तमानपत्राच्या कचेरीवर उडी घेतो. आता तर त्यांनी ग्रंथालयाचे काचा फोडल्या, सामानाची नासधूस केली.

लेक : तैमुरलंगाचाच अवतार दिसतोय.

बाप : तो स्वतःला हिटलरचा वारस समजतोय. लोकशाही नको. ठोसशाही हवी म्हणतोय.

लेक : बरं असा वाघ तू पाहिलास काय?

बाप : व्हय लेका. वाघ व्ह्न्यापुरवी हा माणूस व्हता तवाची गोष्ट. राजकारणावर कार्टून काढायचा. एके दिवशी त्यानं वाघाचा

मुखवटा चितारला. त्वांडावर चढवला अन् झाला की पिसाट वाघ.

लेक : सरकार का झोपी गेलं व्हतं तवा. त्याचा बंदोबस्त न्हायी का करायचा?

बाप : आरं बाबा तवा सरकारचं आन या वाघाचं लय साटंलोटं व्हतं. डाव्या पुढाऱ्याचं, चळवळी करणाऱ्या मान्साच मुडदे पाडायला त्यांना आयताच हा गवसला. ममईत तर हाहाकार केला या वाघानं. तेरी भी चूप आन मेरी भी चूप गत झाली.

लेक : रानीनं ममई बेट पुना आंदन दिल्यासारखंच झालं की.

बाप : काय सांगू लेका. वरळीची दंगल आठवतेय. अंगावर काटा येतोय. वरळीच्या दलितांच्या चाळीच्या बोळाबोळातून या वाघानं मान्सं ओढून काढली. कच्चे बच्चे दाताखाली धरली. बायकांची फरफट केली.

लेक : म्हंजी वाघाचा दलितावरच डूख हाये म्हणायचा.

बाप : अरे लेका, आधी लुंगीवाले म्हंजी मद्रासी मान्सं यांनी धरली. मराठी अस्मिता की काय म्हणत्यात ही त्यांनी डरकाळीनं जागी केली. या वाघानं मायंदाळ माया जमवली आन् मराठी माणसाला दिली बटाटेवड्याची गाडी.

लेक : क्रिकेटच्या पीचवर यानीच तेल वतलं काय?

बाप : व्हय-मद्रासी सोडले आन पुढं मुसलमान धरले. कवा कवा दाढीवाले शीख पकडले. हप्ता मिळाला की याचं गुरगुरनं बंद.

लेक : बघ या वाघाची नखं खरे हायेत की हातात वाघनखे चढवलीत.

बाप : तसा हा वाघ लयी डरपोक हाये. दिवसा उजेडी गुहेत बसतो. कुणी म्हणत्यात शालीच्या आत चिलखत घालतोय. शिवाजी महाराजांची पोझ घेतोय.

बाप : वाघ कधी पाईप ओढताना तू बघितलास काय?

लेक : न्हायी बा.

बाप : अरे हा लेका पाईप ओढतोय. बीअर ढोसतोय.

लेक : म्हंजी आक्रीतच घडलं की, सरकशीतच याला बसवायला हवा.

बाप : आरं पन बिअर प्याल्यावर वाटेल ते बरळतोय. मागं

एकदा बायकांची अब्रू काढलीय.

लेक : शिवाजी महाराजांचं नाव घेतोय आनी आयी बहिणीबद्दल असं कसं हिनकस बोलतोय. जनाची न्हाय तर मनाची...

बाप : हे काहीच न्हायी. महात्मा गांधी बाबाचा खून करणारा नथुराम गोडसे या वाघाला महान वाटतोय. उद्या याचं राजं आलं म्हंजी गांधी बाबाचे पुतळे उतरून हा नथुरामाचे पुतळे उभारायचा.

लेक : बघ. मी वळखलं हा वाघ कोन तो. भगवे पट्टे अंगावर रंगवलेला. दिवसा ढवळ्या हाती मशाल पेटवून धर्मांधता नाचवणारा हा वाघ मी वळखला. ताबुताच्या वाघापेक्षा भयानक हाये. हा तर सहजच लोकशाहीला मूठमाती देईल.

बाप : लोकशाहीला जन्म देणाऱ्या भारताची घटना लिहिणाऱ्या बाबासाहेब आंबेडकरांवर हा वाघ आता भुंकायला लागलाय.

लेक : सूर्यावर जो थुंकतो त्याची थुंकी त्याच्यावर पडते हे कळू न्हायी याला.

बाप : बाबासाहेब म्हने निजामाचे हस्तक होते. नंतर काही दिवसांनी किंचाळ्ळला मी असं म्हनालोच न्हायी. खरा इतिहास कह्याशी खातात हे या वाघाला कसं कळणार. त्याच्या तोंडाला रगात लागलंय.

लेक : बघ खरा इतिहास आज ना उद्या या वाघाला कळेल. इतिहासापासून काही शिकायचं आस्तं. एवढा मोठा कर्दनकाळ हिटलर, शुद्ध आर्य वंशाचा म्हणून स्वतःचा उदो उदो करून घेतला. शेवटी काय झालं त्याचं. स्वतःच गोळी मारून स्वतःच आत्महत्या केली.

बाप : लेका-तुझं म्हननं खरं हाय. म्हातारी मरते त्याचं दुःख नाय. पन काळ सोकावतो. रात वैऱ्याची हाये एवढं आज खरं.

□

फराळ

सुखातही दुख कालवून खान्याची सवय काही जात न्हायी बघा. दिवाळी आली की हमखास जुनं गानं आठवतं. घर घर मे दिवाली मेरे घर मे अंधारा. आता घरात उजेड असला-दाराला दिव्याचं तोरन असलं-बाहेर भुइनळं उडत असलं तरी मनात आतून अंधार आस्तो. भूतकाळ गोचडीसारखा मनाला भिडलेला. दिवाळी आली की जखम भळभळते. घरातले सारे दिवे इजवून अंधारात बसावं असं वाटतं बघा.

जाली असतील दहा बारा वरसं. तवा 'बलुतं' लयीच सनसनाटी झालं व्हतं. गोरेगावचा पुस्तक इकनारा दररोज दोन रुपये घ्यायचा पुस्तक वाचायला. मायंदाळ कमाई केली त्यानं. आपल्या तर सपनातही आसं आकरीत आलं नव्हतं कधी. लयी खुश व्हतो.

तवा आमी चाळीत राहात व्हतो. तेही पत्र्याच्या-भिंतीही पत्र्याच्या आन छप्परही पत्र्याचं-

एका खोलीत बोललो की दोन्ही कडच्या खोल्यांत ऐकू जायचं- नवरा बायकोचं तर गुपचूप मामला- मोठ्यानं बोलायची शिरानी.

असाच दिवाळीचा सन व्हता-घरोघरी गोडध्वाड तसं आमच्या घरातही-कारभारनीनी खास पुरनपोळीचा बेत आखलेला. सोबतीला करंज्या-लाडू व्हतेच. घरोघरी भरलेली ताटं जात व्हती. तसं आमच्याकडंही ताटं येत व्हती. तसं आमच्या आजूबाजूला येगयेगळ्या जाती-धरमाची मान्स राहात व्हती. शहरात इटाळ न्हायी. बाबा म्हणाले तेच खरे. खेडी सोडा-शहराकडे चला. तिथं अस्पृश्यता

न्हायी-धर्मकांडं न्हायी, धर्मांधता न्हायी-बुरसटलेल्या इचारांचे इचू-
इंगळ्यांचे पेव न्हायी. खळ्ळकन काच फुटावी तसं मह्या मनाचे तुकडे
तुकडे झाले. दहा-बारा वरसाची नवं परकर पोलकं घातलेली लेक.
दिवाळीच्या सनात हासत खेळत यायची तर रडत रडतच घरी आली
आनी म्हंगाली,

"दादा-तुमी बलुतं कह्याला लीव्हलं."

"असं काय झालं ममू?"

"मह्या साळंतल्या मैतरनीला वाचायला दिलं व्हतं. तिनं तर
वाचलं पन साऱ्या घरादारानी वाचलं."

"कसं वाटलं त्यांना?"

"त्यांना आपली जात कळली. पवार आपलं आडनाव. काल
परवा पहोतर आपून शहाण्णव कुळी मऱ्हाठा हायेत असं त्यांना वाटलं
व्हतं."

"अगं पन आपल्या घरात आंबेडकर बाबांचा फोटू पाहिला
नव्हता त्यांनी."

"दादा मैतरीन लयी चांगली हाये. तिनंच सांगितलं. आपल्या
घरातील फराळ तिच्या आईनं कचऱ्याच्या डब्यात फेकून दिला."

मैतरनीला लई वाईट वाटलं. म्हणाली, "अग आमची आई
साळंत मास्तरीन हाये. चांगली शिकली सवरलेली हाये. आईचे
दाखवायचे आन खायचे दात निराळेच हायेत."

त्या दिवसाची पुरन पोळी कडू जहर वाटली. आजही कुनी
शेजारी पाजारी जवा बलुतं मागतात तवा घरात असूनही कुनी पोरं
देत न्हायीत.

तवापासून दिवाळी आली की घरात थांबावंसं वाटत न्हायी. लांब
परवासाला निघतो. परवासात आपल्याला कुनी वळखत न्हायी, ही
भावना असे. पन कुठंही गेलं तर जातीपातीचं भूत मागं उलट्या
पावलानं लागलेलं आस्तं. असाच ऐन दिवाळीत बिहारकडे निगालेलो.

सुसाट धावणाऱ्या आगगाडीतून मध्येच गाव लागलं. मोठं शहर
आलं तर दिवाळीच्या रोषणाईनं डोळे दिपून जायचे. काही वेळ तर
नदीच्या पाण्यातून दिव्याची माळ सोडलेली वाटायचं. जणू काय
नक्षत्र ताऱ्याचं आभाळच खाली अवतरलंय. "ठेसनात गाडी थांबली

म्हंजे फलाटावर दिवाळीची आरास दिसायची. भरजरी कपड्यातील उतारू चढताना दिसायचं. अश्याच एका ठेसनात आंधळी म्हातारी चढली. तिच्यासोबत कुनीच नव्हतं. केसाचं घायपात झालेलं. अंगावर धुवट जुन्यार. डोळ्याच्या खाचा झालेल्या. तिच्या हातात फराळाची पोटली छातीशी घट्ट धरलेली.

तिच्याकडं पाहून नको नको त्या शंका येत व्हत्या. तिरथयात्रेला निघाली का? का जाचामुळं घर सोडलेलं? तिच्याबरोबर कुनी कसं न्हायी? सगळ्या परवासात म्हातारी दोहे गुनगुनत व्हती.

मध्येच गाडी कुठल्या तरी ठेसनात थांबली. फेरीवाल्यांचा गोंगाट. आता डब्यात झाडूवाला आलेला-नवं जवानच व्हता. असेल २०/ २२ वरसाचा. गोरापान-घारोळ्या डोळ्याचा-झाडण्याच्या आवाजानं म्हातारीला कळलं की झाडूवाला जवळ येत आहे म्हणून. ती मधूनच जोरजोरानं किंचाळू लागली. छुना नही, छुना नही, डब्यातील सारे परवासी हासत व्हते. नवीन इचाऱ्याचं वारं प्यायल्याला तो झाडूवाला कह्याला ऐकतोय. डबा झाडताझाडता म्हातारीला हात मारून चालत्या गाडीतून तो उतरला.

आता म्हातारी घळाघळा रडू लागली. मी पहातच राहिलो. तिने फराळाची पोटली गाडीबाहेर फेकून दिली. म्हातारीची दया आली. तिच्या हाडामासात रुतलेल्या इच्याराला-पोथी पुराणाला चूड लावावी असे वाटले. धरमाने देहाकडे कसं बघायला शिकवलं...

'अत्यंत दोष ज्या विटाळा ।
त्या विटाळाचाचि पुतळा ।
तेथे निर्मळतेचा सोहळा, केचि घडे ।।
वरिवरी दिसे वैभवाचे। अंतरी पोतडे नरकाचे ।
जैसे झाकणे चर्मकुंडचे। उघडताची नये ।।'

आमदार

खरं म्हंजी आपली आन हरी शंकर परसाईची वळख न्हायी. आता तुमी म्हनाल हा हरी शंकर परसाई कोन? आमदार की पुढारी बिडारी हाये काय? तसं काय न्हायी बघा. तो हाये हिंदीतला मोठा लेखक. लयी नामचंद लीक्तोय. जागल्याचं 'चावडी' नावाचं बुक आलं आन जागल्यानं त्यालाच अर्पण केलं की-हाये की नाही गंमत. त्याचं काय हाये बघा-तुमाला एकलव्याची गोठ माहिती असेलच. द्रोणाचार्यांचा पुतळा बसवून त्यानं ग्यान मिळवलं म्हणत्यात. तसं जागल्याच्या बाबत झालं बघा. आता जवा कुनी जावून सांगल परसाईला की तुला द्रोणाचार्याची पदवी दिलीय तवा तो गालातल्या गालात हासेल. म्हनलं, आताचा एकलव्य अंगठा कापून घ्यायच्याऐवजी गुरूला अंगठाच दावलं. तर काय सांगत हुतो. हं. परसाई भल्याभल्यांची बीन पाण्यानं भादरतो. एकदा तर म्हनत्यात जातीयवाद्यांनी त्याचं हात-पाय जायबंदी केलं. गडी काय दबला न्हाय.

त्याच्या 'आमदार' ह्या गोष्टीवरून आठवन आली. लयी दिवस झाली वाचली व्ती. आता आमदार म्हटले म्हंजी तुमाला आपलेच आमदार आठवतील. तसं मातूर आमच्या मनातही न्हायी. परसाईनं आमदाराच्या तीन तऱ्हा सांगितल्या. पहिली तऱ्हा स्लीप आऊट. म्हंजी सभागृहात जो आमदार झोपतो तो. मंग सभागृहात खुर्च्यांची फेकाफेक होवो नाही तर सभापतीपुढला दंड कुणी पळवो. हा आपला झोपलेलाच. भत्त्याचा चेक आला म्हंजी मात्र डोळं उघडत्यात. भल्या

मोठ्या दालनात गाद्या लोड टाकलेत. सेलींग पार्टीचे नुस्ते झोपलेले आमदार न्हायीत तर विरोधी पक्षातील आमदार गाद्या लोडावर झोपलेले. कोण किती झोपती याची नोंद चपराशी घेतो. जो जादा झोपेल त्याला पुढल्या निवडणुकीत हमखास तिकीट.

दुसऱ्या आमदाराची त-हा 'वॉक आऊट'. म्हंजी आदेश आला म्हंजी सभागृह सोडायचं. हे आमदार सारखे आदेशाची वाट पाहात असतात. हे सारे शिस्तीवाले. लोकशाहीवर तंतोतंत विश्वास ठेवणारे. मागे एकदा मान्साचं रघात असलेलं लाल भडक खमीस एका आमदारानं सभागृहात फडकावलं. काही म्हंगाले हे मान्साचं रघात नाही. कुत्र्याचं रघात हाये. एकच हल्लकल्लोळ. आदेश आला. सारे आमदार वॉक आऊट. म्हंजी दाराबाहेर.

आमदाराची तिसरी त-हा म्हंजी इट आऊट. आता तुम्हाला वाटेल आयोध्याला इटा पाठवणारे हे आमदार तर नसेल. तसं काय न्हाय बघा. इट आऊट म्हंजी मेजवान्या. चिकन-तंदुरी चापनारा. वर तोंडी लावायला दारूचा ग्लास. ह्या आमदाराची फारच धावपळ. खेड्यापाड्यातून, जिल्ह्याजिल्ह्यातून आपल्या मतदार संघातून पोतडीभर कामे घेऊन येतो. ह्या मंत्र्याला भेट, सचिवाला गाठ अशी ह्याची सारखी धावपळ चाललेली. हा सदानकदा हॉटेलात दिसतो. साध्या नव्हं फाईव्ह स्टार की काय म्हनत्यात तीथे. अशा आमदाराला म्हनत्यात 'इट आऊट.' म्हंजी मेजवान्या झोडणारा व दुसऱ्याच्या पैशावर.

मला जवा ह्या गोष्टीची आठवण आली तवा आमदाराच्या परसाईला दिसल्या तेवढ्याच तीन त-हा हायेत का याचा इचार करू लागलो. तवा आमदाराच्या अलीकडच्या काळात आनखीनच 'कॅटेगीरी' पडत्यात हे ध्यानात आलं.

एक म्हंजी 'फोन आऊट'. ह्या आमदाराचे गुंडांच्या टोळ्यांशी संबंध असत्यात असं म्हनत्यात. चोरांच्या हातात जामदारखान्याच्या किल्ल्या तसे मंत्रालयातील मंत्र्याच्या कॅबीनमधील फोन ह्यांच्याच दिमतीला. दुबईला फोन जात्यात म्हनत्यात. आता कुनी म्हनेल, मंत्र्याच्या खांद्यावर बंदूक ठेवूनच हे आमदार बंदूक उडवतात. आपल्यावर बला येईल असे दिसताच मंत्री खांदा काढून घेतो. आन आमदार उघडे पडतात. अलीकडे

फोन आऊट आमदारांची संख्या जादा वाढलीय. याचीच काळजी पोलीस खाते घेत हाये.

दुसरे आमदार म्हंजी 'भूखंड आऊट.' ह्यांची एखादी शिक्षण संस्था असते. न्हायी तर आदिवासी-भटक्या जमातीचे आपनच तारनहार हावोत म्हणून त्यांना आश्रम शाळा काढावयाची असते. यांना जमिनीचा मामुली तुकडा म्हंजी भूखंड हवा असतो. ह्यांचे समाजकार्य म्हंजी राजकारणात उडी मारण्याकरिता शिडीसारखे असते.

तिसरे आमदार म्हंजी 'रन आऊट'. पाठ्यपुस्तकातील 'पलायन' शब्द बंद झाला अन् राजकारणाच्या आखाड्यात उतरलाय. एखादा जादूगार असावा-छा छू करावं आनं बघता बघता आमदार गायब क्वावा असे हे रन आऊट आमदार. बैलाच्या शिंगाला पेटते पलिते बांधून शिवाजीने यवनांना जसे हातोहात चकवले तसे हे आमदार हातोहात पोलिस खात्याला चकवतात.

आपल्या भागात यापेक्षा आमदारांची नवीन जात काँग्रेस गवतासारखी वाढताना ध्यानात आली तर हमखास जागल्याला कळवा. उद्या कुनी सांगावं जयलक्ष्मी देवीच्या हातोहात पोथ्या विकल्या जातात तसं ज्यांना आमदार व्हायचं असेल त्यांना ही राजकारनाची पोथी उपयोगी पडेल.   □

सायकलवाला

विजय तेंडुलकरांचं 'सायकलवाला' हे नाटक पाहिलं. नाटकाचं खरं नाव हाये सफर. पन आपल्याला बुवा 'सायकलवाला' हेच नाव भावलं. भारताच्या सफरीला निघालेल्या, तेही सायकलवरून अशा मानसाची ही गोष्ट. सायकलही अफलातून. तिला चाकेच न्हायीत. हाये की न्हायी गंमत. सायकलीला चाके न्हायीत पन बाकी सारं हाये. पायडल-घंटी, किती चालून गेलो हे दाखवणारं यंत्र.

सायकलवाला कुनालाही चक्रम वाटेल. येडच्याप. पन बोलतो मातूर शहाण्या मानसासारखा. मानूस चाळीस वरसाचा. डोक्याला टक्कल पडलेला. सदाशिव पेठेतील वाटेल असा. त्याच्या आईबापानं त्याला तळहाताच्या फोडासारखा जपलेला. चाळीस वरसात गॅलरीच्या बाहेरही कवा गेला न्हायी. सारख्या भीतीपोटी दडपलेला. आईबाप सारखी भीती दाखवतात. बागुलबुवा उभा करतात. पंजाब, आसाम, कानडी मुलखातल्या दंगलीची याद देतात. आईबापाचा इरोध मोडून तो सफरीला निघतो. घरातलं वातावरण सोवळं. सत्यबाबा साईबाबांचा त्याला अंगारा लावतात. तोही बालशिवाजींच्या पोझमंधी. आईबापापुढे गुडघे टेकून आशीर्वाद घेतो आहे. जाताना त्याच्या हातावर दही, म्हाठी मुलखातली घरकोंबड्या माणसाची सायकलवाला बघताना सारखी याद येत असते.

आता तेंडुलकराला नुस्ती सायकलवाल्याची गंमत दावायची नस्ती. 'सफरी'त त्याला काही जिती जागती मान्सं भेटत असत्यात. तर काही सिंह, कोंबडा, भूत, जलपरी भेटत असत्यात. कुनाला

वाटेल 'लहान पोरासोराचं तर नाटक आपून पाहात न्हायी ना' पन सायकलवाला या नाटकातून समाजात जी येगयेगळी जातीची बेटे हायेत ती दाखवतो. काही तर आपुन शहान्नव कुळीवाले म्हणून जागी झालेली तर काही मंडल आयोगासारख्या चळवळीमुळं पहिल्यांदाच सत्तेत वाटा मागणाऱ्या जाती तर काही तळागाळाच्या जाती, जागरूक जाती, नाटकात हे सारं सारं मला दिसलं बघा. कुनाला असं वाटलं तर तेंडुलकर म्हणणार असा प्रचार मला करायचा नव्हता. मी तर कलात्मक नाटक लावलंय. असा प्रचार तर दलित लेखक करत्यात. सरळ न खाता एखाद्या मान्सानं कानाच्या मागून घास घेतला म्हंजी जसं वाटत तसं जे लेखक करत्यात त्याला कलात्मक म्हणत्यात. तर सांगत काय व्हतो, हे तसं प्रचारी नाटक न्हायी. ज्याला जसं भावलं तसं समजायचं.

सायकलवाला सफरीला निघतो. बीनचाकाची भन्नाट सायकल चालवीत असतो. मधीमधी आपल्याशी बोलावं तसं बोलत आस्तो. सायकलीचा जलम कसा, अन् कवा झाला हे सांगत असतानाच 'पकडा साल्यानो, हाना-मारा, कोंबडी मारली' असा ओरडा ऐकायला येतो. काही गावगुंडं पुढं येतात. त्याला धमकावतात. आमची कोंबडी मारली त्याचं पन्नास रुपये टाक-सायकलवाला गयावया करतो. सांगतो, गळ्याशपथ मी कोंबडी मारली न्हायी. गावगुंडं काही ऐकत न्हायीत. शेवटी सायकलवाला आपल्या बटव्यातून पन्नास रुपये देतो. आपल्या सफरीच्या बजेटमधून असे पन्नास रुपये जातील याची तरतूद केली न्हाय म्हणून सायकलवाला हळहळतो.

सायकलवाला पुनःपुन्हा जवा सांगतो की 'खरंच हो मी कोंबडी मारली न्हायी' तवा ते गावगुंडं म्हणत्यात– 'आमची कोंबडी शहान्नव कुळी इलायती व्हती. तू मारली नसेल पन तुइया बापानं मारली व्हती'. सायकलवाला मनाशी बडबडतो. आपल्या बानं साधं आंडंही कवा खाल्लं न्हायी तो कोंबडी कशी मारेल? त्याला बाचं बोलनं आठवलं. 'नाना म्हणत्यात तेच खरं. खालच्या समाजात नीती राहिली न्हायी. अनीती बोकाळली.'

सारंच नाटक सांगत न्हायी बघा. न्हायीतर तुमी नाटक बघायला जाणार न्हायीत. असंच पुढं पुढं सायकलवाल्याची सफर निघते. बीन

चाकाच्या सायकलवरून. कधी दरोडेखोर तर कधी सिंह तर कधी कोंबडा भेटत आस्तो. सिंह जवा म्हनतो की सायकलवाल्या, तू वातड हायेस. तुला काय खायचं-सिंह जवा सायकलवाल्याला न खाता निघतो तवा सदाशिवपेठी पात्राला वाटते की सिंह आपल्याला भ्याला. सदाशिवपेठी म्हनतो, 'साल्या, सिंहा घाबरलास की काय मला?' हे पहाताना कुनालाही हसू येईल.

पुढं सायकलवाल्याला भूत भेटतं. सायकलवाला बॅटरीच्या उजेडात डायरी लिव्हतो हाये. त्याच्याच बाजूला भूतही डायरी लिव्हत बसलेला. मानूस भूताला घाबरतो तर भूत मानसाला. दोघांचं बोलनं व्हतं. इथं आपून भूत कसं झालो याची स्टोरी भूत सायकलवाल्याला सांगत आस्ते. भूत सांगते, 'माझे अनेक जलम झाले. एक जलमात मी व्यापारी व्हतो. अन्नधान्याचा व्यापार करायचो. मला पैशाची हाव सुटली. अन्नधान्यात भेसळ केली. तवा काही पोरं, बायका, गडी मान्सं मेली. खटला चालला. भेसळीमुळं काही दगावली तर खटला लयी काळ चालला तवा त्या धक्क्यात न्यायाधीश गचाकला. पुढं जवा मी मेल्यावर चित्रगुप्तापुढं उभा राहिलो तवा मह्या पापाचा घडा भरला व्हता. चित्रगुप्तानं सजा म्हणून एका गरीब शेतकऱ्याच्या घरी जलमाला घातला. शेतकऱ्याच्या घरी मी गावगुंड झालो. राजकारणात शिरलो. गावगुंडीची शिडी वापरून आमदार झालो. आमदाराची पुढची पायरी म्हंजी मंत्री झालो, तोही बांधकाम मंत्री. विनापरवाने इमारतीला मायंदाळ परवाने दिले. त्या पडून काही लोक गारद झाले. पुना यथावकाश मेल्यावर चित्रगुप्तानी निरुपद्रवी म्हणून नटाच्या जलमाला घातले– पुढे नटाचा खासदार झालो आनी आता पुना भूत.'

पुढे सफरीत सायकलवाला भिजतो. अंगावरचे कपडे काढून वाळवण्यासाठी तो ते दोरीवर वाळत घालतो. आता सायकलवाला चक्क नागडा. येथेच त्याला मत्स्यकन्या भेटते. सायकलवाला लाजतो. आयुष्यात तो पहोत्तर त्यानं लगीन केलं नव्हतं. दोरीवरचे आता कपडे गायब झालेले. ती मत्स्यकन्या म्हणते तू महा सिंदबाद. तुझे कपडे आता मह्या पोटात. आता नऊ महिन्यात आपल्याला छान बाळ व्हईल. तू त्याचा बाप आन मी आई. सायकलवाल्याचं बऱ्याच काळ

मनात असलेलं सपान त्याला दिसू लागतं. एकाएकी आवाज येतो. सायकलवाला बघतो. आपल्या घराशेजारचा शेजारी कोकलत आस्तो. काय सालं रात्रभर बडबड करतोस? झोपही येऊ देत नाहीस. सायकलवाला भोवताली बघतो. आरे आपून तर जेथून सफरीला सुरुवात केली तिथंच आहोत. आईच्या पोटात गुडघे पोटाशी घेऊन जसं तान्हं मूल झोपलेलं आस्तं तसा तो आता दिसत आस्तो. जसा नागडा आता तसाच नागडा.

या नाटकात लेखकाला नेमके काय सांगायचे आहे? ते मातुर इच्यारू नका. पानी तेरा रंग कैसा– जिसमे मिलाये पैसा– तसी, तेंडूलकरांची सारीच नाटके सवाल ते उभे करतात– सोडवायचे तुमी.

❑

साहा डिसेंबरची रात

साहा डिसेंबरची रात. साऱ्या मुलखात कत्तलीची रात झालेली. आठवडाभर आगडोंब उसळला. देशाचं खांडववन झालं. महाभारतात खांडववन आख्यान आहे. किसनदेव रथ-सारथी-मागं अर्जुन बसलेला. देवाच्या सांगण्यावरून अर्जुनानं खांडववन जाळलं; त्यांना वसाहतीसाठी जमीन हवी व्हती. अर्जुनानं धनुष्याला चूड पेटवली. जंगलातली हिरवीगार झाडं जळू लागली. वनवा लागला. चिटपाखरं-पशुपक्षी जळून खाक झाली. एकेक काडी जमवून, केलेली घरटी पाडली. नाग वंशाचं निःसंतान केलं. एखादा तक्षक वागला तर त्यालाही साधुसंतांच्या मंत्रवाणीत 'इंद्राय स्वाहाः तक्षकाय स्वाहाः' म्हणत यज्ञात होरपळवलं.

अगदी असंच नवं महाभारत खांडववनाच्या रूपानं देशात घडलं. रामराज आलं म्हनता म्हनता रावण राज आलं. कोन मैतर आन दुसमान याचा थांगपत्ता लागंना. बाहेर पडा. एकमेकाकडे सारं संशयानं बघू लागलेलं. कुनी कुनी म्हणत्यात आयोध्याच्या कारसेवेकरिता साहा डिसेंबरच तारीख का निवडली? आता साऱ्या जगाला माहीत की साहा डिसेंबर हा बाबासाहेब आंबेडकरांचा महानिरवाण दिवस. त्यांनी दिलेल्या घटनेची सर्व-धर्म समभाव-बंधुभाव स्वातंत्र्य समता-लोकशाही यांचा खुर्दा करायची खुमखुमी काहींच्या डोक्यात उतरली. किडा वळवळला. या दिवसी ममईला दादर चैत्यभूमीकडं हजारो भीमभक्त बुद्धाच्या शांतीचा, नारा लावत चाललेले. याच्या उलट कारसेवक रामभक्त हातात त्रिशूल-पहारी-हातोडे आन सुरूंगाची

दारू घेऊन 'हृदयात राम आहे' असे म्हननारेच दगड-धोंडे विटा घेऊन बाबरी मशीद तोडायला निघालेले. शिवाजी महाराजांच्या गनिमी काव्याने चाल केली. पन शिवाजीमहाराजांनी मशिदी कदी तोडल्या न्हायीत. उलट मशिदीला महाराजांनी दान दिलंय. कारसेवकांनी न्यायालयाच्या आदेशावरून वरवंटा फिरवलाय. कारयात्रेमुळं जगन्याचे, पोटापान्याचे सारेच सवाल सुटले असे अनेकांना वाटले.

याचे पडसाद सान्या जगात उमटले. लंडनच्या बीबीसीवर नको ते पहायला मिळालं. पाकिस्तानात, बांगला देशात हिंदूंची देवळं फोडली. जाळपोळ केली. भारतातील मुसलमानही डोक्याला कफन बांधून रस्त्यात उतरले. जिहाद पुकारला. दोन्हीही फॅडं धर्मानं आंधळी झालेली. दोघांच्याही झेंड्यांवरून रक्ताचे ओघळ चाललेत. मागं कवा तरी कविता वाचली व्हती. अशी कविता दलित कवीच लिहू जानं. वाटलं व्हतं, काही वरसानी ही कविता जुनी होईल. याच्यातला इच्यार मातीआड दडला जाईल. पन शरमेनं मान खाली घालावं तशा काल परवाच्या घटना. अंगावर कुनी ॲसीड फेकावं अशा.

येसू म्हणाला– "ठोठवा म्हणजे उघडेल.

ही तर थाप अराजकतेची, उलट्या पावलाची-भूतकाळाकडे जाणारी

धर्मही आपले बाळ खातो

तशी घराघराकडे वळणारी

रक्ताचा ओघळ फटीफटीतून झिरपतोय

आज झालेत घराघराचे भिरभिरे

घरचेच वासे सूळ झालेत,

काळजावरचे

देवाच्या नावानं, अल्लाच्या नावानं

देहाच्या वाती झाल्या

दिव्यानं दिवा पेटलाच नाही

त्याचा वडवानल झाला

आपुलेच मरण-पाहिले म्या डोळा

खांडववन जळताना.''

सरकारनं मातुर आनखीनच आगीत त्याल वतलंय. कारसेवकांचे लीडर गजाआड लोटले. आता ते नको तेवढे 'हिरो' व्हतील. उद्या

त्यांचं राज आलं तर ह्यानाच 'भारतरत्न' बहाल व्हतील. कारसेवकांना धर्मसैनिक म्हणून ताम्रपट बहाल व्हतील. खरं म्हंजी त्यांना बाहेरच ठेवायचं व्हतं. या देशात तसं पुढारीपन लय सोपं. कुनी तुरुंगात गेला की तो लयी महान पुढारी. एवढंच करून सरकार थांबलं न्हायी. तर त्यांच्या संघटनेच्या पाट्या गुल केल्या. संघटनेवर बंदी आनलीय. आता त्यांच्या भूमिगत कार्याला ऊत येईल.

गेल्या काही दिवसात घडलेला एकच मासला सांगतो. आमच्या येरीयाच्या बाजूला मुसलमानांची वसती हाये. तेथूनच सारख्या बंदुकीच्या फैरी, कानठळा बसविणारा आवाज. बाहेर पडायला मार्ग न्हायी. कोन कुनाची दुकानं लुटतात हे सांगता येत न्हायी. आता धरमवाले काठाला उभे राहिलेले. गुंडगिरी-गँगवाले आपले हात साफ करत्यात. जुनी धुनी धुतात. धंदेवाले सुपारी देत्यात. घरांना आगी लावत्यात. झोपडपट्ट्यांचा भूखंड मोकळा करत्यात.

परवाचीच गोष्ट. रात्रभर गोळ्यांचा वरसाव व्हतोय. फैरी झडतात. पहाटे पहाटे दार किलकिलं करतोय. बघतोय काय तर कडीला पत्रक लटकावलेलं. भूमिगत कार्यकर्त्यांचं 'विधायक' पत्रक. शांतता मोहीम काढायची तर एकमेकांच्या उरांवर बसलेली घटना. पत्रकाची भाषा बघण्यासारखी. त्यांच्याच मराठी वळणाची. 'मुंबईतील एकूण परिस्थिती लक्षात घेऊन विशेषतः शुक्रवार दि. ११ डिसेंबर मध्यरात्री आपल्या शेजारच्या वस्तीत घडलेल्या निंदनीय घटनेमुळे आपल्या भागातील प्रत्येक रहिवाशाने काही बाबतीत गंभीरतेने विचार करणे अत्यंत गरजेचे झाले आहे.'

'स्टेशन ते आपली वस्ती ह्या दरम्यान धावणाऱ्या तमाम रिक्षांमधून प्रवास करण्याचे थांबवून आपल्या वस्तीतले रहिवाशांनी त्यावर बहिष्कार टाकावा. सदर रिक्षाचा वापर टाळल्यास ते हिताचे ठरेल.'

'लक्षात ठेवा. हा बहिष्कार कायमचाच. 'जयहिंद-जय महाराष्ट्र.'

हाये की नाही नमुना? मना मनात इख पेरनार. रिक्षाचालक मुसलमान आहेत हे सांगायला कंच्या बाडात पाहायला नको. यालाच म्हणत्यात विधायक भूमिगत कार्य.

पत्रकावर कुनाचे नाव नाही.

□

आंधळं दळतंय...

विष्णू खरे नावाचा एक कवी हाये. आता खरे आडनाव असलं म्हंजी तुमी म्हनाल मराठी भाषेतला कवी असल. पन तसं नाही बघा. तो हाये हिंदी भाषेतला. त्याची कविता एकदा त्याच्याच मुखातून ऐकली. कवितेचं नाव व्हतं 'पोलिस इनसपेक्टर.' नुकत्याच कालेजातून पास झालेला हा पोलिस इनसपेक्टर सुरुवातीला लयी हळवा असतो. कुनी म्हतारा रस्ता वलांडीत असलं-आन टराफीक जाम असलं तर त्याला रस्ता पार करायला मदत करायचा. बगीच्याकडे फिरायचा. तरणाबांड असल्यामुळे कॉलेजच्या बाजूला पोरीसोरी न्याहाळता याव्यात अशी ड्युटी लागावी म्हणून तर सायबाच्या पुढं पुढं करायचा. नंतर त्याचं हळवं मन ठार मरून जातं आन हप्ते घेणारा तो एक व्हतो. त्याच्या कोवळ्या भावना ठार मरून जातात. तो आता मान्सांना हिडीस फिडीस करतो. दररोजच गँगवार, दंगली-सांडणारं रघात-पडणारी प्रेतं हे सारं पाहून तो आतल्या आत कोळपून जातो. कधी काळी हा पोलिस इनसपेक्टर मानसाचं काळीज घेऊन वावरत व्हता हे विसरलं जातं. तो आता रोबो झालेला. ही कविता याद यायचं कारन म्हंजी ह्या कवितेतला अनुभव खोटा ठरावा असा एक पोलिस अधिकारी साक्षात पहायला मिळाले. त्यांचं नाव सुरेश खोपडे. सध्या तो धुळ्याला पोलिस अधिकारी असूनही भोवतालच्या साऱ्या धबडक्यात ते आपलं मन शाबूत ठेवतात. पुस्तक वाचतात, संगीत ऐकतात, पुस्तकांची गावात यात्रा भरवतात, साहित्यावर परिसंवाद घडवतात. हे सारंच अप्रूप पहायला मिळालं बघा. त्यांची वळख व्ह्याच्या आधी

त्यांचं पुस्तक वाचलं व्हतं. 'भिवंडी दंगल १९८४'. ग्रंथालीनं ते छापलंय. एक पोलिस अधिकारी पुस्तक लिव्हतोय. आन ते वाचत असताना वाचकांचा गळा भरून येतोय. पाना पानातून धर्माच्या नावानं मानूस कसा हैवान व्हतोय. हे कुनाचीही भीक न धरता कसा लिव्हतोय याचं नवल वाटत व्हतं.

१९८८ साली भिवंडीत सुरेश खोपडे ह्यांनी उपआयुक्त म्हणून चार्ज घेतला. भिवंडीत दंगल होऊन गेलेली. कुनी म्हंगाल आस्तं-आपल्याला त्याचं काय करायचं. आपली ड्युटी भली-पन ह्या बहाद्दरानं-दंगलीचा शोध घेतला. गुन्हेगाराची पाळेमुळे उखडून काढली. हे करत असताना कंच्याही धरमाला झुकतं माप दिलं न्हायी. ते लिव्हतात–

'रुक्मिनी आपल्या नवऱ्यासह गोठ्यात व्हती. वंजारपट्टी नाक्यावरून शंभर ते दोनशे लोकांचा जमाव 'नारे तकदीर अल्ला हो अकबर' करीत त्यांच्या झोपड्यांकडं धावत येऊ लागला. काहींच्या हातात सुरे, तर काहींच्या हातात भाले-कुणाच्या हातात लोखंडी सळ्या तर कुणाच्या हातात सुरे तर कुणाच्या हातात बॉम्ब. एकानं तिच्या नवऱ्याच्या पोटात भाला खुपसला. तो खाली पडला. ती नवऱ्याच्या अंगावर पडली.

'तिचं नाव हजरतुन्नीसा. नवरा बद्री आलम शेख. नवरा यंत्रमागावर काम करी. अंजुर फाट्याजवळ खोपटात दोघं राहात. दंगल सुरू झाल्यावर ते अन्सारी बागेत गेले. हजार दीड हजाराचा जमाव 'हरहर महादेव'चा जयघोष करीत तिथं आला. बागेच्या गेटजवळ बद्रीवर सगळ्यांनी हल्ला केला. मोठ्या मुलीलाही दगडाचा मारा लागला. ती अंगावर पडली. दुसऱ्यानं फरफटत दूर नेलं. जमावानं जखमी बद्रीच्या अंगावरील कपडे काढून रॉकेल ओतून प्रेत पेटवून दिलं.'

काळीज गोठवणाऱ्या अशा पानापानातून घटना लिव्हलेल्या. वाचत असताना स्वातंत्र्यानंतर पन्नास वरीस झाले तरी आपून मानूस म्हनन्याच्या लायकीचे तरी हावोत काय असा सवाल कुनालाच पडत न्हायी. पशू कोटीतून मान्साचा उगम झाला. त्याचं शेपूट गेलं. दोन पायाचं हात झाले. तो उभा चालू लागला. पन हे आज जनावरालाही लाजवील असे भयान करनी करतात तेव्हा लाज वाटते बघा. हिंदू आन मुसलमान जवा खेड्यापाड्यात असत्यात तवा गुण्यागोविंदानं

कशी नांदत असत्यात. आन भिवंडीसारख्या शहरात येतात तवा धरमाच्या नावानं, राजकारनाच्या नावानं हैदोस घालतात याचे अनेक नमुने लेखकानं मांडलेले. परभणीला राहणारी चांदबी जिच्या नवऱ्याची तिच्या देखत खांडोळी केली तवा ती म्हंगाली, 'साब, हम क्या पाकिस्तानसे आये क्या? तुम्हारे जैसे हमारे बापजादा भी हिंदूच होंगे. न जाने क्यो उन्होने धर्म बदला होगा.'

ज्यांनी दंगली पेटविल्या, मान्सांच्या कत्तली केल्या, त्या गुन्हेगारांचं पुढं काय झालं. ते पकडले गेले का? त्यांच्या बाबत कायदा कसा वागला? का कायद्याच्या डोळ्यावरची पट्टी निघालीच न्हायी हे सवाल पुस्तक वाचताना हमखास सुचतात. लेखकाने ह्याचाही शोध घेतलाय.

कायद्याची गंमत पहा. ९६२ आरोपींपैकी ९६१ लोक कोर्टात निर्दोष सुटले. एकाला सजा झाली. पाच वरीस सक्त मजुरीची. पन तो जामिनावर सुटला. लेखक लिहितात, तो जेमतेम पंधरा दिवस जेलात व्हता. तो आताही जेलाबाहेरच हाये.

□

श्रीभराज

राम - मारुतीराया, आयोध्याची काय खबर बात.

हनुमान - रघुनंदना, काय सांगू, अयोध्येत गेलो व्हतो. तिथं कुनीच मला वळखीना.

राम - आरं पन माझी खुणेची अंगठी राजमुद्रा दाखवायची ना.

हनुमान - राजमुद्रा दाखवली तरी कुनी वळखीना. जीव तोडून म्हंगालो मी रामाचा परम भक्त हाये. तरी त्यांचा इश्वास बसंना. शेवटी सितामायला दावली तसं हृदय फाडून दावलं. खरा रामही त्यांना वळखू येईना. हातातल्या कॅमेराची मोडतोड केली. म्हंगाले हा सरकारचा सी. आय. डी. हाये.

राम - तिथं कुनीच शहानी सुरती माणसं नव्हती?

हनुमान - कसंच काय, मुखमे राम आन बगलेत हातोडा. राम लक्ष्मणाची डमी रथावर. रथंही कसला तर टोयोटा मोटरीवर बसवलेला. हाये की न्हायी गौड बंगाल.

राम - आरे पन तुझी सेतू बांधनारी सेना न्हायी भेटली काय?

हनुमान - त्यांची शेपूट गळलीत. ती आता कारसेवक झालींत. मान्साच्या मना मनाचा सेतू बांधायचा सोडून तुझ्या नावानं हैदोस चाललाय.

राम - मी समजलो न्हायी.

हनुमान - तुझा जिथं जनम झालाय तिथं मंदिर बांधायचं म्हणत्यात. त्या जागेवर बाबर नावाच्या राजाने तुझं मंदिर पाडून मशीद बांधलीय म्हणत्यात. तवा जो तो कारसेवक कुदळ, फावडी,

हातोडे घेऊन मशीद तोडतोय. मशिदीचे घुमट सुरूंग लावून उडविले.

राम - आरे- कारसेवक इतिहास इसरले काय? हा देश का एका धरमाचा हाये. इथ शक आले, हुयान आले. म्लेंछे आले. आज आर्य तरी इथले आहेत काय? म्हणून का त्यांनी देश सोडून जायचं काय? एखादा बाबर वाईट असेल पन अकबराला कसे सारे इसरले. त्यानं तर रजपूत हिंदू बाईशी लगीन लावलं. तिला मुसलमान केलं न्हाय. आपल्याच राजवाड्यात कृष्णाचं मंदिर तिच्याकरिता बांधून दिलं अन शिवाजी महाराजानं तर मशिदीला देणग्या दिल्या. सुफी पंथाचा आपल्या संतावर परिणाम झालाय. कबीरही ह्याच देशातला ना. - हे सारं सारं कसं एके दिवशी मातीआड गाडलं गेलं.

हनुमान - खरं हाय रामा. महात्मा गांधी बाबानं तर राम आन रहिम एकच हायेत - सारी देवाची लेकरं हायेत - वैष्णव जन तो तेने कहिये - पर पीडा जाने रे असी भजनं गायली. पन पालथ्या घड्यावर पानी. त्याचाच जातीयवाद्यांनी खून केला. मरतानाही रामा तुझाच धावा केला. राम राम म्हणून परान सोडला.

राम - अयोध्याचं असं तर साऱ्या देशात कसं असेल - चल पुष्पक विमान काढ. माझं रामराज बघायलाच हवं.

हनुमान - जशी आग्या. (पुष्पक विमान सुरू व्हते).

आकाशवाणी - प्रभू रामचंद्र हिमालयावरून आपल्या पुष्पक विमानात बसून भारत देशाच्या दौऱ्याव निघालेले. हनुमानाने विमानाचे सारथ्य केलेले. आकाशात संथ गतीने तरंगत तरंगत पुष्पक निघालेले. हनुमान दूरवर पाहात कॉमेंट्री करतो हाये. ''रामा, हे पहा आसाम पेटलाय. तिकडं पंजाब धुमसतोय. ही पहा आता गंगा आली. तिची आता गटार गंगा झालीय. मान्स गंगेत मुडदे सोडतात. ती पहा शरयू नदी. मान्साच्या रक्तानं लाल झालीय. तुला तरी तुझं जलम ठिकाण आठवलं का? जागा साफ सुफ करण्यासाठी तुझं मंदिर बांधण्यासाठी माझी मशीद तोडलीय. तो धूर दिसतोय ना तिथं म्लेंछाची घरंदारं जाळलीत. काही कारसेवक सेतू बांधताना जसे प्रत्येक दगडावर तुझं नाव दिसलं तसं मशिदी पाडल्यावर हरेक दगडावर तुझं नाव दिसलंय. ते सारे दगड घेऊन आपआपल्या घरी चाललेत. आता जिथं मशीद पाडली तिथं कारसेवकांना थातूर मातूर उभारलेल्या मंदिरात तुझे

दर्शन हवे हाये तर म्लेंछाना तिथंच नमाज पडायचय. आता पुढे बघ– साऱ्या देशातच यज्ञकुंड पेटलाय. ती बघ खाली मुंबापुरी, जोतो मान्साचा कोथळा बाहेर काढतोय. कोन मशीद तोडतोय तर कोन मंदिर. गरीब बिचारे गोळीबारात मरतात. चौदा ताड्याच्या दामोधरीतील पुढारी मंडळी गंमत बघतात. हे सारं झालं म्हंजी ते शांतीयात्रा काढतील.

राम - मारुतीराया, पुरे तुझी कॉमेंट्री. कान किटले ऐकून, ते खाली बघ कंची तरी सभा दिसतेय. जावून बघू. (खाली चबुतऱ्यावर कवी संमेलन चाललेले. भोवताली मैदानात गर्दी)

राम - आरे हनुमाना तो पाहिलास का? कवी संमेलनात शंबूक दिसतोय. आरे हा अजून जिवंत कसा? (राम आणि हनुमान जवळ जातात)

शंबूक - (कविता म्हनतोय)
ती मशाल तेवढी घे
आन त्या झोपड्यांच्या वस्तीकडे जा
येसू गेला तसा जा
तथागत बोलला तसाच बोलत रहा
कारण क्रांतीचा लाडका लेक
अस्पृश्य तिथं रहात असतो
तो दिसायला असा तसा दिसतोय
पण त्याला बघून दाशरथी राम
कत्तलखोर झाला व्हता
राम - शंबुका, वळखलंस मला.
शंबूक - दाशरथी रामा कशी वळख इसरणार?
राम - पन तू अजून जिवंत कसा? तू क्षुद्र. तप करीत व्हतास म्हणून बामनाचा पोर मेला. मी तुझा शिरच्छेद केला.
शंबूक - गंगा सिंधूच्या प्रवाहात
वेद उपनिषेदाची हवा भरून
तुमच्या संस्कृतीचं शिड
चातुर्वर्णाच्या पाणवठ्यावर
स्थिर झालं

आन आम्हा भूमिपुत्रांना वंचित केलं

पन अजूनही

हरळीच्या मुळी सारखा मी चिवट हाये.

राम - शंबुका- राजा असलो तरी त्या काळच्या नियमाप्रमाणे मी वागलो. आता मला क्षमा कर. हिंसेनं देशाच कसं भिरभिरं व्हतय ते मी पाहिलयं.

शंबूक - रामा, हे कपट कारस्थानच हाडीमाशी खिळलंय. रामराज ह्याला उत्तर न्हायी तर भीमराज हेच उत्तर हाये. घटनेने दिलेली स्वातंत्र्य समता आन बंधुभाव अबाधित राहील तरच देश वाचू शकेल.

☐

बुगडी माझी सांडली गं

झाली असतील शंभर सव्वाशे वरीस. तवा पुन्यात पहिलं साहित्य संमेलन भरलं व्हतं. न्यायाधीश रानडे ह्यांनी महात्मा फुले ह्यांना संमेलनाचं आवातनं धाडलं व्हतं. तवा फुलेनी आपल्या रांगड्या भाषेत त्यांना खरमरीत पत्र पाठविलं व्हतं. त्याच्या सुरुवातीलाच 'माझ्या घालमोठ्या दादा' असा गावरानी हिसका दावला व्हता. त्यात फुल्यांनी लिहिलं व्हतं. 'उंटावरून शेळ्या वळणाऱ्या लेखकास व मोठमोठ्या सभास्थानी भाषण ठोकणाऱ्या अन् मिरवणाऱ्यांना आमी शूद्र-अतिशूद्र कसे जगतो हे कसे कळणार? आमी शूद्र लोक आम्हास फसवून खाणाऱ्या लोकांच्या थापांवर भुलनार न्हायी. संमेलनात येण्यात आमचा काय फायदा?' खरे लेखक कह्याला म्हनावं याचं उत्तरही फुले आपल्या पत्रात देतात. ते म्हणतात, 'एकंदर सर्व मानवी प्राण्यात परस्पर अक्षय बंधु-प्रीती काय केल्यानं वाढेल, त्याचे बीज शोधून काढावे व ते पुस्तकरूपाने प्रसिद्ध करावे. अशा वेळी डोके झाकणे उपयोगाचं नाही.'

जवा जवा मराठी मुलाखात साहित्य संमेलन भरतं तवा तवा महात्मा फुलेंचं हे पत्र आठवतं बघा. पुलाखालून गेली शंभर पाऊनसे वरसे किती तरी पानी वाहून गेलं. लेखकाला काही त्याला ग्यानाचा तिसरा डोळा असतो म्हणत्यात तो तरी बंधुभावानं वागेल– मानवतेचं नवं बीज शोधून काढेल असं वाटत आस्त. पन तिथंही जवा रनधुमाळी पहातो तवा डोस्क बधीर व्हतं. आता हेच पहा ना, सातार्‍याला कुस्तीचा आखाडा केलाय. लंगोट बांधून पहिला गडी

उतरला तो उपराकार लक्ष्मण माने. त्यांनी संमेलनाचे अध्यक्ष म्हणूनशयान निवडून आलेल्या विद्याधर गोखल्यावर शड्डू ठोकला. लाल मातीचा धुराळा उडवलाय - लक्ष्मन माने तसा आमचा मैतरच. समाजवाद्यांना टांग मारून, त्यांची साधन-सुचिता पुसून कवा काँग्रेसचा मांडीवर जाऊन बसला हे त्यांनाही कळलं न्हायी बघा. आमदार झाल्यापासून तो लेखक थोडा आन राजकारनीच जादा सोभू लागलेला. सनसनाटी घोषना करनं ही त्याची तशी जुनीच खोड. आंबेडकरबाबांनी आमच्या भटक्यांसाठी काय केलंय अशीही त्यांनी मागं घोषना दिली व्हती. मधीच एकदा मी हिंदू धरमाचा त्याग करनार हाये, असी सनसनाटी घोषना त्यांनी केली. आपण प्रती बाबासाहेब आहोत असं त्याला वाटलं असावं. तवापासून म्या वाट पहातोय की लक्ष्मन माने कवा हिंदू धरम सोडनार हाये. येनकेन मार्गानं सतत प्रकाशाच्या झोतात रहानं हा मानेचा खाक्या दिसतोय. निवडून आलेले अध्यक्ष विद्याधर गोखले यांच्या राजकीय विचाराचं आज आमचं भांडन हायेच. इचाराची लढाई इच्याराच्या पातळीवर व्हायला हवी. पन गोखले ह्यांना साताऱ्याहून हुसकावून लावू ही मानेची हुकूमशाही म्हंजी फॅसिस्ट लाइनच झाली की! राजकारनी लोकासारखा मी असं बोललोच नाही, असा उना खुलासा मानेनी केला होता. खरं म्हंजी लक्ष्मन माने ह्यांनी शरद पवारांचा गंडा बांधलाय तर गोखले यांनी बाळासाहेब ठाकरे यांचा. एक आमदार दुसरा माजी खासदार. शरद पवार मागं म्हंगाले, मला हिंदू धरमाचा अभिमान हाये पन गर्व नाही. तर बाळ ठाकरे ह्यांना 'गर्व से कहो हम हिंदू है' असा छाती फुगवून गर्व हाये. दोन्ही नेत्यांची राजकीय मते येगयेगळी असली तरी त्यांच्या जेवनावळी व्हतात हे मानेना माहीत न्हायी काय? गोखले ह्यांनी तर जाहीरच केलंय की विज्ञाननिष्ठ, विशाल हिंदुत्वाचा पुरस्कर्ता. आता बोंबला. कर्म बियाकाचा सिध्दांत माननारा चौऱ्याऐंशी योनी घुमवनारा नशीबाच्या फेऱ्यात गटांगळ्या खाणारा असा हिंदू धरम विज्ञाननिष्ठ कसा असू शकेल हा सवाल गोखल्यांना इचरावासा वाटतो. पन याचा जबाब ते संमेलन पार पडल्याशिवाय देनार न्हायीत. लोकशाही माननारा मानूस मी हाये तवा ते निवडून आलेत. त्यांचं मनापासून मी अभिनंदन करतोय. मानेला मातूर ते आवडनार न्हायी. साऱ्या

बामनानी गोखलेला मतं दिलीत– मराठी साहित्य महामंडळ तूप लावणाऱ्यांचा अड्डा अशी पुना त्यांनी सनसनाटी मुलाखत दिली होती. स्वता लक्ष्मन माने दुसरे उमेदवार यदुनाथ थत्ते यांचा प्रचार करीत व्हते. त्यानीच हे कबूल केलेय. पन समजा, यदुनाथ थत्ते निवडून आले आस्ते तर सारे मत देणारे बामन एका रातीत फुले-आंबेडकारांचे चेले झाले आस्ते काय? तूप लावणारे साहित्यिक लगेच मानेच्या भाषेत चरबी लावनारे करांतीकारक झाले आस्ते काय? साताऱ्यात गोखले ह्यांची बुगडी सांडायची राहिलीच, पण मानेची पुरोगामीपनाची बुगडी सांडलीय, हे मातुर खरं.

□

मला मनून मारलं

अवंदा बाबुराव बागूल कामगार साहित्य संमेलनाचे अध्यक्ष झाले. तुमच्या पहोतर ही बातमी येईल तवा संमेलनाचे नागपुरात खुप वाजले असंले. मागील वरसाला कवी नारायण सुर्वे पुन्याला अध्यक्ष व्हते. 'कामगार ही तळपती तलवार हाये - सारस्वतांनो उलीसा गुन्हा करनार हाये' हा नारा सुर्वेनी दिला. आता सारस्वत म्हंजी काही जात न्हायी बघा. त्यांना परंपरागत मऱ्हाटी. बोरु— बहाद्राबद्दल बोलायचं हाये. आता बागुलांची पुढची पायरी- ते तर सारं मराठी साहित्य मोडीत काढायला निघालेले. देव - देश - आन धर्म नाकारऱ्नारे. क्रांतीचं विज्ञान सांगनारे. धर्मांधिता- जातीयवाद यावर कठोर हल्ला करणारे. वैदिक संस्कृतीच्या विरोधी श्रमण-संस्कृती जपणारे. प्रज्ञा-शिल करूना आळवणारे.

एका पांढरपेशी-सफेतपोश लेखकाची गोष्ट सांगतात. त्याला बाहेरच्या जगाचं दर्शन व्हावं म्हनून तो खिडकी उघडून लिहायला बसायचा. आन जळजळीत अनुभव यावेत म्हणून गरम पाण्याच्या बादलीत पाय बुडवून बसायचा. असं कवा बाबुराव बागुलांना करावं लागलं न्हायी बघा. त्यांच्या कथेतला जात लपविणारा कामगार म्हंतो, 'आर ह्या सवर्न कामगारांनी मला मारलं न्हायी तर मला मनूनं मारलं. कामगाराच्या मनाची मशागत करणाऱ्या अशा बागुलांच्या किती कथा सांगाव्यात? त्यांच्या कथेत आंबेडकर, बुद्ध, मार्क्स, लेनिन यायचे. त्यामुळे तथाकथित कम्यनिस्ट त्यांना आपले मानायला तयार व्हायचे नाहीत. तर खंदातली मोठी जी झोपडपट्टी समजली

जाते त्या माटुंग्याच्या लेबर कॅम्पात बागुलांची आख्खी जिंदगी गेली. सुरुवातीच्या काळात रेल्वेच्या माटुंग्याच्या कारखान्यातच ते बोर्ड रंगावयाच्या कामाला व्हते. आपल्या पायाखाली लेबर कॅम्पचं धगधगतं जिनं बघून बुद्ध म्हणाले, तसं 'पहायला शिका' हे ग्यान, त्यामुळं बागुलाच्या पायाखाली उकळत्या पान्याची बादली ठेवायची गरजच नव्हती आन् खिडकी उघडली तरी उंदीर घुशी आन वहानारी गटारे यांचंच साम्राज्य– भोवताली सारा बकालपना. मान्सं गुहा जीवन जगणारी. कोंडवाड्यातील गुराढोरांसारखी.

बागुलांची पहिली भेट आठवते. झाली असतील चाळीस एक वरसं. लेबर कॅम्पाच्या बाहेर इरानी व्हटीलात बसलेले. त्यांची लिव्हन्याची तीच जागा.रेडियो किंचाळतोय– भोवतालची बाचाबाची– बागूल मातूर तंद्रीत लिहीत बसलेले. काळेसावळे बोलके डोळे– जवा बोलतात तवा मनाचा ठाव घेतात. तोपहोतर मोठे लेखक म्हणून नावाजलेलं. 'जेव्हा मी जात चोरली होती' हा त्याचा कथा संग्रह गाजलेला. पहिल्या भेटीतच आंबेडकर चळवळीतील– दलित साहित्यातील लोक त्यांना कम्युनिस्ट म्हणून झोडपू लागले. अनेकदा त्यांना वाळीत टाकण्याचा मनसुबा रचला गेला. कुनी निंदा अथवा वंदा. बागूल हे एखाद्या पहाडासारखे स्थिर राहिले. तथाकथित पोथीनिष्ठ मंडळाहून त्यांची नजर, दूर पल्ल्याची राहिली. 'दलित' शब्दाला जी जात चिकटवली जाते त्या दलित शब्दाला त्यांनी क्रांतिकारक अर्थ दिला. ते आपल्या एकोनीससे युगायुगाची वळख असावी असे वाटले. ते तवा कविताही लिव्हत. सापाची उपमा तवा त्यांनं चांगल्या कवितेला दिलेली. कात टाकलेल्या सापासारखी कविता मनाच्या वारुळातून सळसळत यावी हे जवा बागूल सांगू लागले तवा थराथरलो व्हतो. सगळीकडे तवा दलित साहित्याची लयी टवाळी वहायची. मेलेला उंदीर कचऱ्याच्या डब्यात फेकावा तसे संपादक दलित कविता फेकून घ्यायचे. सत्यकथेचा तवा लयी भाव. सत्यकथेत ज्याची कविता येत न्हायी तो दलित कवी असं चिडवलं जायचं. तवा आमी बागुलांच्या कविता छापल्या. 'आकार'मधी. गाड्याबरोबर नळ्याची यात्रा म्हणून की काय आमच्याही कविता त्यात व्हत्या. पुढे त्यातलं अनेक कवी नामचंद झाले बघा. गंमत म्हंजी दलित पँथरचा तवा जलमही नव्हता.

बागुलांनी आपल्या कथेत कामगाराचा खरा चेहरा दावला. त्या आधी पुरोगामी लेखक मंडळी 'सर्वहारा' म्हंजी क्रांतीचा अग्रदूत. त्याची लेखनात बदनामी नको; कामगार इरुद्ध भांडवलदार या पांढऱ्या आन काळ्या रंगातच लिव्हलं जायचं. राम-रावण पार्टीसारखं. पण एकाऱ्त्तर सालातील महाडच्या साहित्य संमेलनात अध्यक्षपदावरून बोलले गेले.'

"आम्ही तुच्छतावादी नाही. आमच्या अल्पस्वल्प लेखनात कुठल्याही जातीविरुद्ध प्रचार केलेला आढळत नाही. एकंदर सामाजिक, मानसिक व वैचारिक व्यवस्थेविरुद्ध आम्ही आहोत. उलट अत्यंत अवघड कार्य आम्हाला करावे लागते. अनेक सुधाराकांना-विचारवंतांना त्यांचे शत्रू दिसत होते. मार्क्सवाद्यांना आणि बागूलच्या कथेत गिरणीत कारखान्यात बोनसच्या झेंड्याखाली लढणारा कामगार जवा गेटच्या बाहेर पडतो तवा जो तो आपल्या जातीच्या-धरमाच्या झेंड्याखाली उभा राहतो. लालबागचा भगवा बाग कवा झाला हे कम्युनिष्टांना कळलंच न्हायी ते बागुलांनी आपल्या कथेत, भाषणात धाडसानं दावलं. 'जेव्हा मी जात चोरली होती' ही कथाच घ्या. रेल्वे वर्कशॉपमधील एक कामगार जात चोरून राहिलेला. त्याची भाषा शुद्ध. परप्रांतात नौकरी त्यामुळे त्याला बामन समजत असत्यात. मऱ्हाठी मुलखातला बामन पंडित म्हनून त्याची पूजा व्हते. त्याचे पाय धुतले जातात. खरा म्हंजी हा कामगार जातीनं महार आस्तो. दुसरा कामगार महारच. पन तो आंबेडकरवादी. तो स्वाभिमानानं बंडखोरी करतो. निमुटपणे अन्याय सहन करीत न्हायी. एकदा जात लपविणाऱ्या कामगाराचं भांडं फुटतं. त्याची ट्रंक फोडून त्याचा दाखला पाहिला जातो. त्याची जात समजते. त्याला लाथ्याबुक्क्यांनी कुचललं जातं. समाजवाद्यांना त्यांचे शत्रू दिसतात. अनेक राजकीय पक्षांना त्यांचे विरोधक शत्रू दिसतात. पण आमचा शत्रू तर अदृश्य आहे. तो मनात आहे. प्रचंड असूनही सर्वव्यापी आहे– अदृश्य असलेल्या शत्रूबरोबर आमचे युद्ध सुरू झालेले आहे.

आज देशभर जे अराजक माजलेले आहे, मान्स धरमाच्या नावानं– तुच्छतावाद पसरवीत आहेत, या पार्श्वभूमीवर बागुलांचे विचार समजावून घ्यायला हवेत. महापुरुषाच्या मनातील क्रांतीचे स्वप्न

धूसर होते आहे. लोकशाही, स्वातंत्र्य, समता, बंधुभाव यांना मूठमाती मिळण्याची वेळ आली आहे. अशा कठीण काळात बागुलांच्या कवितेची आठवण येतेय.

क्रांतीला उद्देशून लिव्हलेली– "कित्येक पिढ्या तुइयासाठी खर्ची पडल्या, पण तू आली नाहीस. होते तसेच राहिले. मला माहीत आहे- या देवदेवतांच्या देशात चार्वाक चिरडला गेला आन बुद्ध अवतार झाला. तशी तू होऊ नयेस म्हणून वाटल्यास लवकर येऊ नकोस...

पण येशील तेव्हा निदान तुइयाजवळ आंबेडकरांची जळजळ तरी असू दे.''

□

खीळ

आपल्या पुढाऱ्यांना बिगारीत बसवायची वेळ आलीय. त्याचं काय हाये. काल परवा नातू बालाभारतीचं पहिलीचं, म्हंजी बिगारीचं बुक घेऊन आला. आता नुकताच तो गमभन शिकतोय. त्यानं पहिला धडा उघडला आन म्हंगाला– दद्दू, मला ह्या चिताराची गोष्ट सांग. लयी दिसानी बालभारतीचं पहिलीचं बुक पाहात व्हतो. रंगबेरंगी चित्र-मोठं नामचंद दिसत व्हतं. धडा पहिला– पन त्यावर काहीच लिव्हलं नव्हतं. एकापुढं एक चितार काढलेलं. चितार कोणतं तर दोन बोकडांचं. एकमेकांच्या समोरून येत असलेले ते दोन बोकड. रस्ता लयी निमुळता. त्या रस्त्यावरून एकच बोकूड जाईल असा. दोनी बाजूला भली मोठी दरी. एकमेकांची जराशीही धकाबुकी झाली तर दोन्हीही बोकडांचा खिमा व्हईल. कुणी आधी जायचं हा सवाल. पण त्या गोष्टीतील दुसऱ्या चितारात एक बोकूड खाली बसलेला. आन त्याच्या अंगावरून दुसरा बोकूड गेलेला. भांडनतंटा न करता– कोन आधी कोन मागून हा सवाल न करता बोकडांनी गुंता मिटवला. नातवाला गोष्ट समजावून सांगितली. त्याच्या भाषेत बोलायचं म्हंजी लयी अवघड. तरी कसरत केली. एकमेकांना मदत करावी– कोन लहान कोन मोठा ह्याचा बाऊ करू न्हायी. तुकारामाचा अभंग सांगितला. "लहानपण दे ग देवा –मुंगी साखरेचा रवा – नातवाला गोष्ट सांगितली खरी पन मलाच कोड्यात टाकून नातू खेळायला गेला. गोष्टीतल्या बोकडांना जे कळलं– पहिलीतल्या नातवाला जे उमजलं ते मातूर

मोठ्यांना कळतंच असं न्हायी. महाभारतापासून तर आजच्या राजकारना पहोतर हीच ढकलाढकली चाललीय– त्यात कितीकांचा खुर्दा व्हतोय– किती मातीला मिळतात ह्यची कुनालाच काळजी न्हायी. बालभारतीच्या गोष्टीवरून अशीच एक दुसरी गोष्ट आठवली बघा. गोष्ट आहे एका रशियन लेखकाची. तीही त्यानं लहान मुलासाठीच लिव्हली व्हती– पन ती मोठ्यांच्याही डोईला फीट बसंल आसं त्याला वाटलं न्हायी. एका मैदानात पोरांचा फुटबॉलचा खेळ रंगात आलेला. खेळता खेळता बॉल धुंडाळण्यासाठी पोरगं झाडीत जातं. बॉल त्याला भेटतो पन त्याबरोबर एक लोखंडी दिवाही भेटतो. दिवा गंजलेला. तितक्यात दुसरं पोरगं जवळ येतं. त्याला म्हंतो कसा– आरं हा तर जादूचा दिवा. मी गोष्टीत वाचलेला. लगेच पहिलं पोरगं तो दिवा दगडावर घासतो. त्या बरोबर शेंडीवाला राक्षस त्याच्या समोर उभा राहतो. 'काय आज्ञा' म्हणून इच्यारता पोरांचा खेळ रंगात आलेला. ते त्याला बाजूला उभा राहून खेळ पहाण्यास सांगतात. बोलूनचालून राक्षसच तो. त्याला वाटतं, येवढी मोठी टीम एकाच चेंडूनं खेळतेय– हे मातूर बरोबर न्हायी. तो आपल्या जादूनं मैदानात एक एक चेंडू सोडतो. पोरांचा खेळ बिघडतो. कोनता आपला खरा चेंडू ह्याच्या गोंधळात सारा खेळ मोडतो.

म्हाठी मुलखात राजकारणाचा चाललेला खेळ असाच बिघडलाय. म्हाठी मुलखाला दुहीचा भस्मासूर आधीच लागलेला. सातशे वरसा पूरवी 'म्हाठी मानूस म्हंजी कचाकचा भांडनारा' असा शिलालेख उगाच न्हायी कुनी खोदला. दंगलीचं निमित्त करून दिल्लीवरून दुसरा चेंडू आनला गेला. "खरा चेंडू कोनता याचा काही काळ गोंधळ उडाला. मग आनखी चेंडू सोडले गेले. एकनिष्ठ चेंडू, मागून आलेले चेंडू नको– छत्रपतीचाच चेंडू हवा – मराठी की मराठा हा वाद रंगला– बिचमे मेरा नाम चांदभाई– मग दलित– बौद्धांचाही चेंडू नको का? ज्यांनी चेंडू सोडले तो भस्मासूर शेंडीवाला राक्षस दूरवर उभा राहून खदाखदा हासत व्हता. म्हनत व्हता– आमी फॅसिस्ट काय? धरमाची आम्ही तळी उचलून चांगभलं करतोय, मग आमचा राजा छत्रपतीच हवा. ऐरा गैरा चालणार न्हायी– ही तुमची फॅसिस्ट चाल न्हायी काय?

तिकडं मलबार हिलवर उश्या गाद्यांची फेकाफेकी, चपलाचा मारा चालला– तुमी आमी सामान्य जनता हळहळत हाये. इकडं दंगलीत मान्सं मेलीत– घरादाराची होळी झाली. आन तिकडं राजकारनाचा खेळ एकमेकांच्या उरावर बसण्याचा– रंगात आलाय. सारं आलबेल झाल्यावर म्हनतील हेच आमचे नेते, हेच आमचे पुढारी. झालं गेलं गंगेला मिळालं! पण आपुल्याला धास्ती आणीबाणी येण्याची. स्वातंत्र्याला मूठमाती देण्याची.

□

चिलखत निधी

कालपरवा पेपरात वाचलं– साळंतली दोन लहान पोरं. एकमेकाचं मैतर. एकाच बाकावर बसायची. एकाच्या घरी फोन. दुसऱ्याने त्याचा नंबर घेतलेला. सहज गंमत म्हणून त्यांनं मैतराच्या घरी तो घरात नसताना फोन केला. सिनेमातल्या व्हिलनसारख्या आवाजात एक लाखाची खंडणी मागितली. बोरवलीच्या जंगलात गांधीबाबाच्या पुतळ्यापाशी ठेवायला सांगितली. न्हायी दिली तर मुडदे पडतील असा दम दिला. झालं घरात साऱ्यांची घाबरगुंडी. दोन-तीन दिवस असाच दमबाजीचा फोन येत राहिला. शेवटी शोध घेतला. कंच्या बुथवरून फोन येतोय? कोन करतोय? चौकशी झाली. शेवटी ते लहान पोरगं सापडलं. मुलाचाच मैतर. आई-वडिलांनी माफ केलं. आता ही का हसण्यावारी गोष्ट का? दंगलीच्या काळात लहान पोरांसोरावर असाही परिणाम झाला म्हणायचा. आपल्या आवतीभोवती शहाणीसुरती मान्सं नेते मंडळी निवडून आलेले, नगरपरिषदेचे आमदार-खासदार ह्याचं अनुकरण पोरं काय करतात!

पुरवीच्या काळी कंचा तरी बादशहा व्हता. तो जिझिया कर वसूल करायचा. आपल्या मान्साला सोडायचा. आपला धरम घेईल त्याला खास सवलत, त्याला जिझिया कर न्हायी. आजकलही असाच कर लादला जातोय्. पुरातन काळापासून ह्याची नावे तसी बदललीत. याला कुनी हप्ता म्हनतात, तर कुनी खंडणी. अलीकडे काही पुढाऱ्यांनी नवं नाव शोधून काढलय- चिलखत निधी. तुम्हाला संरक्षण हवं ना? मग घ्या चिलखत निधी. अलीकडची गोष्ट. एका

इमारतीच्या भिंतीला टेकून एक पुढारी उभा व्हता. तो त्या इमारतीच्या मालकाला म्हंगाला, 'देखो- इमारत बचनी है, तो दो लाख दिजीये. नही तो गिर जायेगी.'

इमारतीच्या मालकाला वाटलं हा पुढारी काल-परवा गुंड व्हता. मटक्याच्या धंदा चालवायचा. ह्यात असा काय दम हाये की हा बाजूला झाल्याबरोबर इमारत पडंल. त्यानं 'चिलखत निधी' द्यायचं नाकारलं. झालं काय- पुढारी भिंतीजवळून हटल्याबरोबर धाडधाड इमारत कोसळली. कुनी म्हनत्यात पुढाऱ्यांनी आधीच सुरूंग पोरून ठेवलेला. सुरूंगाची नवीन पद्धत. वात जळत येनार. इमारतीपाशी पेट्रोलचा डबा.

आता तुमी सांगा- दाऊद याचं नाव का कुनाला माहीत न्हायी? तो सातासमुद्रापलीकडून खंडणीचं सूत्र हालवतोय. त्याच्यामुळे गॅंगवार ममईत व्हतीय. तसा दाऊद स्मगलर. त्याचा आज दाऊद बूटवाला याचा काय संबंध न्हाय बघा. राजकारनातल्यासारखे ते चुलते-पुतनेही न्हायीत हं. नावात आन् धरमात दोघांचे सारखेपन पाहून त्याची म्हंजे बूटवाला दाऊदची दुकानं दंगलीत फोडली,नासधूस केली. भलेभले म्हननारे शहाजोग ह्यांनी बुटाच्या जोड्या पळविल्या. त्यात काहींनी एकाच पायाच्या तर दुसऱ्याच्या हाती दुसऱ्या पायाच्या. जाहिरात देऊन बदलाबदली केली म्हनत्यात. शेवटी बूटवाला दाऊद साहेबांना शरण गेला. आम्ही स्वातंत्र्य- चळवळीत व्हतो. देशाची गद्दारी करनारी आम्ही नव्हत, अशी गुडघे टेकवून शपथ घेतली. शेवटी साहेबांनी त्याला अभय दिले. काही म्हनत्यात चिलखत निधी घेतल्याशिवाय साहेबानी त्यास्नी सोडलं न्हायी.

'चिलखत निधी' ,कसा गोळा व्हतो, त्याचा आखोदेखा हाल सांगतो बघा. दंगलीतून शहर हळूहळू बाहेर पडत व्हतं. रस्त्यारस्त्यातील पोलीस पहारा हटवत चाललेले. बायको म्हंगाली, 'आवो, मटन तरी आना. लयी दिवस झालेत वश्यात खाल्लं न्हायी.' तिचंही म्हणणं बरोबर व्हतं. आपल्या धरमाचा खाटीक कुठ बघायचा? बाकीची दुकानं दुसऱ्या धरमाची म्हणून धाडधाड बंद झालेली.

मी बायकोला म्हंगालो, ''हे बघ मागच्या गल्लीतून मटन आनतो. आता पहारा उठलाय.'' तवा ती घाबरून म्हंगाली, ''आवं तिथं

आपली लोक न्हायीत. तुमाला सारी वळखत्यात.'' ६ डिसेंबरपासून तिच्याही बोलण्यात आपलं-परकं येऊ लागलेलं.

शेवटी धाडस करून मागच्या गल्लीत गेलो. सारा सन्नाटा. एक दोन पोलीस पहाऱ्याला. काही संशयाने माझ्याकडं बघत असत्यात. मागच्या गल्लीत जवा जवा मटन आणायला जायचो, तवा तिथं एक मूर्तिकार मी पाहिलेला. मशिदी शेजारीच त्याचं मूर्तिकाम चाललेलं असायचं. रामकृष्णाच्या मूर्ती तो बनवायचा. मला वाटलं, त्याचं घर आता बेचिराख झालं असेल. त्याच्या मूर्तीची मोडतोड केली असेल. पुढं जाऊन बघतो तो रामकृष्णांच्या मूर्ती सलामत असत्यात. मूर्तिकार मूर्ती घडविण्यात दंग असतो. फार मोठं ओझं उतरलयासारखं वाटतं बघा.

मटनाच्या दुकानापाशी रीघ असते. मी रांगेत उभा. तितक्यात तिथं एक सुशिक्षित बाई येते. तिची परीटघडीची साडी असते. खांद्याला पर्स- हातात चोपडी. मटनवाला काही शंभराच्या नोटा तिच्या हाती देतो. मला कुतूहल वाटते. रांग सोडून मी तिच्या मागंमागं जात असतो. मार्केटमधील अनेक मटनाच्या दुकानातून ती पैसे गोळा करीत असते.

मी हळूच एका दुकानदाराला विचारतो, 'भाई, ये क्या ये? काइका चंदा दे रहे हो.' तो गोठलेल्या चेहऱ्यात म्हंगाला, 'भाई, यह जिझिया कर है.' हे ऐकून मी तर चांगलाच उडालो. अलीकडे पुरुष मागं राहून आजकाल मोठ्या संख्येनं बायका रस्त्यावर उतरतात– रस्त्याची नाकेबंदी करतात?

कालपरवा तर कहरच झाला. फतवा निघाला– कबुतरावरही चिलखत-निधी बसवा. कबुतर शांतीपाठ करतात. स्वातंत्र्य-समता बंधुभाव गुनगुनत्यात. झालं साऱ्या कबुतरांच्या घरट्यावर पाट्या लागल्या. ऑफिसात, बँकेत, कारखान्यात, चिलखत-निधी गोळा होऊ लागला. काही कबुतरे चलाख व्हती. पैसे घेणारी माणसं आली, त्यांच्या हातातले चॉपर-गुप्ती-दगड धोंडे पाहून ती उडून जायची. शेवटी आदेश मिळाला. व्यूहरचना बदला. त्या दिवशी साऱ्या कबुतरांच्या माना मुरगळल्या गेल्या. कारन काय माहीत हाय? कबुतरे फसली. सेना आली भगव्या वेषात.

□

रिकाम्या जागा

गोष्ट तशी जुनीच आहे. दहा-पंधरा वरसाआधी ती मी ऐकली व्हती. गोष्टीचं नाव व्हतं-उपोषण. आनी सांगितली व्हती हरि शंकर परसाई यांनी. काट्याचा नायटा कसा व्हत जातो हे पह्याचं आसंल तर ही गोष्ट ऐकाच. मनातल्या मनात तुमी आता देशात- ममईत काय चाललंय याचं फिलिंग द ब्लँक भरायचं. म्हंजी रिकाम्या जागा भरायच्या.

बन्नू नावाचा मानूस आस्तो. त्याला वाटतं संसद, कायदा, घटना, न्यायालय हे सारं बेकार हाये. मोठमोठ्या मागण्या उपवासानं, धमकीनं पुऱ्या व्हत्यात. त्याची मागणी मातूर अफलातून व्हती. काय तर म्हणे शेजारी राहात असलेल्या बाबूची बायको सावित्री त्याला हवी आस्ते. तिला पळवून नेण्याच्या प्रयत्नात त्याने काही वेळा चोपही खाल्लेला. त्याला सल्ला मिळतो. उपोषण कर. हरयेक मानसाने जटा वाढवाव्यात त्याला कवा पानी लावू न्हायी. सगळ्यांच्या डोक्याची घान येतेय. त्यांच्या मागन्या तर लई मोठ्या तुझी तर छोटी मागनी. एक बाई.

शंकर बन्नू म्हंगाला, 'यार काहीतरी काय बोलतोस. दुसऱ्याची बायको लाटायला उपवास करतात काय? लाज वाटायला हवी. लोकही हसतील.'

त्यावर मार्गदाता म्हंगाला, 'अरे यार– लाज तर मोठमोठ्या साधुसंतांना वाटत न्हायी. गाईच्या पोटात तेहतीस कोटी देव आसत्यात. तिला मारू नका, या मागनीला सारे जग हसेल. जो हसेल तो

पोटदुखीने मरेल. आत्मदहनाची धमकी देऊन मार्गदात्याच्या सांगन्यावरून शेवटी बन्नू आमरण उपोषणाला बसला.

पहिला दिवस. तंबूत धूप-दिवे जळू लागले. राम-नाम भजन सुरू झालं. बन्नूच्या नावानं पत्रकं छापली. त्यात बन्नू म्हनतो, 'माझा आत्मा सांगतो की मी अपूर्ण हाये. हे दोन्ही आत्मे खंडित करा. न्हायीतर मला या शरीरातून मोकळं करा. सत्य महया बाजूने हाये. सत्याचा इजय असू.'

तिकडं सावित्राच्या अंगाचा तीळपापड झाला हाये. ती रागाने किंचाळली, 'हा हरामखोर माइ्याकरिता उपोषणाला बसला हाये. त्यानं मला इच्यारायचं तरी व्हतं.' हयावर पत्रकारच जबाब– इश्युला कोनी इचारत नस्तं. गाईला कवा विचारलं व्हतं का तुइ्यासाठी आंदोलन करू म्हणून.

चार-पाच दिवस असेच गेले. बन्नू दुबळा झाला. उपास सोडायचं तो बोलू लागलेला. मार्गदाता पुना धावून आला. आमचे तोंड काळे करनार का? मार्गदाता बन्नूला हवा भरू लागला. मार्गदात्याने आनखी काही स्वामींची पत्रके केली. एका स्वामीनं छापलं, 'मला तपामुळं भूत आन भविष्य दिसतं. बन्नू पूरवीच्या जनमात साधू व्हता आनी सावित्री त्याची बायको व्हती. एका साधूची बायको एका फडतूस मानसापाशी ठेवावी हा अर्धम हाये.

'सगळ्या धर्म माननाच्या जनतेला आमची इनंती हाये की अधर्म होऊ देऊ नका. धोरणाचा इजय असो. सगळ्यांनी रस्त्यावर येऊन महाआरती करा.'

लोकमत तयार झालं. सावित्रीच्या नवऱ्याच्या घरावर दगडफेक सुरू झाली. अफवा पसरल्या. कोन काय, कोन काय बोलत व्हते.

'बिचारा पाच दिवस उपाशी हाय.'

'ह्याला म्हणावं धरमाची निष्ठा'

'सटवीला काळ्जीजच न्हायी'

'नवरा बेशरम हाये.'

'अहो ऐकलं का– मागच्या जन्मात बन्नू महान ऋषी व्हता!'

'ऋषीची बायको घरात ठेवनं पाप हाये. कुठे फेडाल पाप'

वर्तमानपत्राच्या बातम्याने रकाने भरली. मुख्य मंत्र्यांनी

हस्तक्षेप करावा– बन्नूचे प्राण वाचवावे म्हणून हाकाटी सुरू केली. काही तर म्हंगाले मुख्य मंत्र्यांनी राजीनामा द्यावा. मुख्य मंत्र्यांनी ही मागणी साफ नाकारली.

मार्गदाता मातूर निरास झाला न्हायी. आंदोलन तीव्र करण्याची धमकी दिली. वर्तमानपत्रात बातमी द्या की बन्नूची स्थिती चिंताजनक हाये. सरकार काय वाट पाहात बसलेत.

मार्गदाताच्या डोक्यात तश्या भन्नाट कल्पना होत्या. आंदोलनात जातीयवाद, धर्मवाद मिसळला. बन्नू एका धरमाचा आणि सावित्रीचा नवरा दुसऱ्या धर्माचा. ही मात्रा दंगल पेटवविण्यास लागू पडली.

जाहिरातीचा रेट देऊन बातमी छापून आणली.

'कोटी कोटी धर्मनिष्ठ जनतेची मागणी-बन्नूच्या प्राणाचे रक्षण करा. बन्नूच्या मृत्यूनी भयंकर परिणाम होईल. धर्म संकटात हाये.'

मार्गदात्याने एकमेकांच्या घरावर गुंडांकडून दगडफेक केली. पुढे नुस्ते दगडफेकीने भागले न्हायी तर एकमेकांची घरे जाळली. मालमत्तेची लूट केली. शेवटी लष्कर तैनात करण्यात आले. १४४ कलम लागले-कर्फ्यू सुरू झाली. सारे शहर स्मशान झाले.

खळबळ माजली. मुख्य मंत्र्यांची भेट काही बुद्धिवाद्यांनी घेतली. मुख्य मंत्री म्हंगाले ह्यात कायद्याचा अडथळा हाये. कायद्यात दुरुस्ती करावी लागेल.

बुद्धिवादी म्हंगाले– आदेश द्या– जर का बन्नू मेला तर साऱ्या देशाला आग लागेल. ते म्हंगाले, प्रथम उपोषण थांबवा. बुद्धिवादी म्हंगाले, सरकारने तत्त्व मान्य करावे. एक समिती नियुक्त करावी. सरकारनं असा मार्ग काढला की बन्नूला बाई मिळेल.

जागोजाग महाआरत्या होत आहेत. पंतप्रधान बन्नूला भेटायला येत हाये. बन्नूची मागणी तत्त्वतः स्वीकारली गेली. एक कमिटी निर्माण केली. भजन कीर्तन या साथीत बन्नूने उपवास सोडला.

मार्गदाता देशाला उद्देशून म्हंगाला- 'लोकशाहीत जनभावनांचा आदर झाला पाहिजे. या प्रश्नामंधी कोटी कोटी लोकांच्या भावना गुंतल्या आहेत. बरे झाले शांततापूर्वक हा प्रश्न मिटला– न्हायी तर हिंसक करांती झाली अस्ती. सारे बन्नूच्या पाया पडत व्हते.

तो म्हंगाला– सारे ईश्वरी इच्यामुळे घडले. मी तर त्याच्या मधला.

गोष्ट तशी संपली न्हायी बघा. या आधी म्हंगालो तसे कोन कधी फिलिंग द ब्लॅंक्स म्हंजी रिकाम्या जागा भरत्यात ते ज्याच्या त्याच्या मगदुरापरमाने कुनाला सावित्रीच्या जागी बाबरी मशीद दिसेल तर बन्नूच्या जागी लालकृष्ण आडवानी तर कुनाला सावित्रीच्या जागी नमाज दिसतील तर बन्नूच्या जागी महाआरती तर कुनाला यात महाराष्ट्राचं राजकारन.

जळनारी महाराष्ट्राची राजधानी मुंबापुरी. कवी केशवसुत म्हंगाले तेच खरे–

'विश्वाचा आकार केवढा, ज्याच्या त्याच्या डोक्याएवढा'

□

अभिना

कालपरवा पेपरात बातमी वाचली. हापूस आंबा पाचशे रुपये डझन. एक आंबा केवढ्याला पडला याचा हिसाब काही टाळक्यात बसत न्हायी बघा. पन मागं कवा तरी चावडीवर सांगितलेली घटना आठवतेय. त्याचं काय झालं. लेक साळेतून आलेला, त्याच्या हाती नवं कोरं बाल-भारतीचं बुक. त्यात हापूस आंबा चिरलेला. ते पाहून कुनाच्याही तोंडाला पाणी सुटेल.

लेक इच्यारतो, ''बाबा, ह्याला काय म्हनत्यात.''

मी सांगतो– ''लेका, ह्याला हापूस म्हणत्यात.''

तो पुना इचारतो, ''हापूस कसा लागतो?''

तवा लेकाला उत्तर मिळतं.

''कुनास ठाऊक. लहानपनी खाल्ला व्हता– आता चवच इसरलोय''

पुन्हा लेक इच्यारतो, 'मग आता कोन खातये हापूस?'

त्यावर जागल्या म्हणतो, ''लेका, आता हापूस आरब खात्यात'', त्यावर लेक सारखा भुनभुन लावतो की मला हापूस खानारा आरब दाव म्हनून. लेकाला आरब दावण्यास बाप-लेक कुलाब्याला निघत्यात. लेक बापाच्या खांद्यावर बसलेला-तवा त्याला लांबवरचं दिसत आस्तं. बाप लेक बसमंधी बसतात. बसीत गर्दी तुडुंब. कंडक्टर इचारतो, 'काय पावनं कुठं निघालात,' तवा जागल्या म्हनतो, ''लेकाला आरब दावायला चाललोय'' सारी गर्दी फसकन हासते. जागल्या इच्यारतो, ''कावो गाववाले- आरब ममईत येतात ते खरंच का पाऊस पाहायला?''

त्यावर कंडक्टर सांगतो, 'कसचं काय? तो तर चमड्याचं जहाज

शोधायला येतोय!' जागत्याला राग येतो- तो आपुल्या पोराचा कान पकडतो– आन सांगतो, 'चल, आरबापरीस रानीबागेतलं माकड दावतो, ते ह्यापरीस शहानं हाये.''

हे सारं सारं पुना आठवायचं कारन म्हंजी नुकताच 'प्रज्ञा लोखंडे' ह्या कवयित्रीच्या 'अंतःस्थ' नावाचा कविता संग्रहाचा प्रकासन सोहळा पाहाण्याचा योग आला. पुन्याच्या ''मान सन्मानाच्या'' रवींद्र कुलकर्णी ह्यांनी हा संग्रह प्रसिद्ध केलाय. तर ममईच्या ग्रंथालीनं सोहळा पार पाडला. डॉ. भालचंद्र फडके हे अध्यक्ष व्हते तर प्रा. वसंत बापट, शिरीष पै, मेश्राम ह्यांची भाषनं या सोहळ्यात झाली.

आता प्रज्ञा म्हंजी लेकच. बापाने लेकीची तारीफ करावी म्हंजी राजकारनवाल्यासारखं आपलं व्हायचं, पन मंत्रिपद देण्याएवढं कवितेचा वारसा देनं सोप न्हायी. तिथं नाणं खणकन वाजायला हवं. पन कुनी तरी म्हणालं– लेक बापापेक्षा सवाई. जागल्या, ही तर तुमची प्रतिस्पर्धी! तवा लय बरं वाटलं. काळीज सुपाएवढं झालं. सुरुवातीची आक्रस्ताळी, भांडखोर, घोषनाबाजी, शिवराळ करणारी दलित कविता आता खऱ्या अर्थाने स्वात:चा, चळवळीचा, निर्भीडपने शोध घेत हाये. जातीच्या रिंगणात न फिरता आदिवासी, भटके, फुटपाथवाले तमाम स्त्रिया यांच्या दुःखाला वाचा फोडते हाये. प्रा. वसंत बापट यांनी तर 'अमीना' ही संग्रहातील कविता सभेत वाचून दावली. एका आरबानं विकत घेतलेली अमीना. मुसलमान स्त्रीचं जीवघेणं दुःख ह्या कवितेत आलेलं. कवितेत प्रज्ञा म्हनतेय :

तशी तू मुक्तच आहेस अमिना
एक जाळीदार झरोका
बांधलाय ना तुझ्या डोळ्यावर
तू बघू शकतेस
विस्तीर्ण पसरलेलं
पांढरं फटफटीत मोकळं आकाश
आणि वहिवाटीच्या फासावर
टांगलेला श्वास
तू त्याच्या वंशाच्या दिव्याला
जन्माला घाल

बेटी झाली की
तिच्या डोळ्यांतली चमक बघून
डवरून जावू नकोस अमिना
थरथरत्या हाताने दे तिला
अंधाराचा बुरखा...
तशी तु मुक्तच आहेस अमिना
एक जाळीदार झरोका
बांधलाय ना तुझ्या डोळ्यावर...

□

कंगालिस्तान

"कां हो माजवितां दुही।
माखता स्वातंत्र्याची वही;
स्वजन रक्तानें प्रत्यहीं। लळथळां।।
गातां धर्माचे पवाडे
उघडीं झालेलीं कवाडें,
दाविती अब्रूचीं हीं हाडें। टांगलेलीं।।
कुठें गया, कुठें मक्का।
हत्याकांड येथें फुका;
भुकेकंगालिस्तान का। झिंदाबाद...?

हे गाणं हाये कवी बा. सी. मर्ढेकरांचं. जवा देशाला स्वातंत्र्य मिळालं त्यावेळी लिव्हलेलं. १९४७ सालातलं. आता जवा म्या वाचलं– तवा चांगलाच उडालो. मला आपुलं वाटलं व्हतं. मर्ढेकर म्हंजी ते सौंदर्य शास्त्रातले. तू एक मुंगी मी एक मुंगी म्हणनारे. पिपात ओल्या उंदीर म्हणूनश्यान माणूस हा यंत्रयुगातला जंतू हाये– किडा मुंगी हाये, माणसाचं महत्त्व यंत्रातल्या नट बोलटायेवढं हाये येवढीच किंमत हा कवी करतोय म्हणूनश्यान रागच व्हता. साऱ्या कॉलेजात वरच्या गाण्यात जसं लिव्हलंय तसा मर्ढेकर तर आजकाल कुनी शिकवलाचं न्हाय बघा. सौंदर्य शास्त्राच्या पाकळ्याचा तावीत, तोही मर्ढेकरांचा. साऱ्या इद्यापीठात वाटलाय आन जो तो घाट, ताल, लय अशी भाषा करतोय.

कवी लेखकाला समाजाशी काही देणं घेणं न्हायी. त्यानं आपल्या

"

मस्तीतच लिव्हायला हवं, जो कुणी अशी सामाजिक बांधिलकी मानल तो प्रचारी कवी-ढोल, बडवणारा भाट म्हणून त्याची टवाळी झाली. देशाला स्वातंत्र्य मिळालं. पण देश दुभंगला, मानसाची मने दुभंगली– नौखोलीत माणसाचे मुडदे पडले. देशात रक्ताळलेले पाट वाहिले. मर्ढेकरांनी तवा वर लिव्हलेलं गानं लिव्हलं असावं. वाटलं की ६ डिसेंबरनंतर झालेल्या दंगली जानेवारी-फेब्रुवारी आन मार्चच्या १२ तारखेला झालेला ममईतला बॉम्म स्फोट. कधी मुसलमान दंगलीत पुढे तर कधी हिंदू. बाबरी मशीद पाडल्यापासून हे घातचक्र सुरू झालंय. हे सारं पाहून तर मर्ढेकरांनी गानं लिव्हलं न्हायी ना! अशा मरगळलेल्या मुर्दाड काळात वाटतं की खरा कवी- लेखकच माणसांना धीर देईल. त्याच्या मनातल्या जखमेवर टाका घालील.

मर्ढेकराला डोक्यावर घेऊन नाचणारा कलावादी मराठी कवी- लेखक मातूर गपगार हाये. त्याची 'स्वांत सुखाय'ची तंद्री काही भंग पावली न्हायी. आज मातूर बोलत न्हायी. खरं म्हंजी दंगलीत कोण गेलं? दोन्ही धरमाची गोरगरीब मान्सं चाळीत राहणारी-झोपडपट्टीतलं जिनं जगणारी, आणीबाणीत स्वातंत्र्याची ओरड करणारे लेखक/कवी आज मातूर कासवासारखे आपले हात पाय मुडपून हवा खात बसलेले.

येवढं मोठं साताऱ्याला मराठी साहित्य संमेलन पार पडलं. पण मना मनातली भीती आन एकमेकांच्या मनातली रक्तबंबाळ करणारी द्वेषाची कातर काही थांबवू शकली न्हायी. तसा एखादा ठराव केला असता तर साहित्य बाह्य विषय नको म्हणून ओरड झाली आस्ती. आपून नेहमीच मराठी मुलूख महात्मा फुल्यांचा, आगरकरांचा, शाहू महाराजांचा, बाबासाहेब आंबेडकरांचा म्हणून स्वतःचीच पाठ थोपटून घेतो. शंभर वरसाची परंपरा की काय म्हनत्यात त्या प्रबोधनाची! ह्या महापुरुषांनी उभ्या हयातभर जातिभेदावर, धर्मभेदावर, कर्मकांडावर हल्ला केला. साऱ्या देशात मराठी मुलूख क्रांतिकारक म्हणूनही आपून ऊर बडवला.

त्याच महाराष्ट्रात आता दोन धरमाची साठमारी सुरू व्हते. सूडाचे भीषण नाटक सुरू होते. कुणाचे किती मारले, कुणाची किती घरं जळली याची बेरीज वजाबाकी सुरू झाली. पुना आपून पशुकोटीत जावून बसलोय.

अशा वेळी एखाद्यानं विचारलं :
"यदि तुम्हारे घर के
एक कमरे में आग लगी हो
तो क्या तुम
दुसरे कमरे में सो सकते हो?
यदि तुम्हारे घर के
एक कमरे में लाश पडी हो
तो क्या तुम
दुसरे कमरे में गा सकते हो?
यदि हाँ
तो मुझे तुमसे
कुछ नहीं कहना है!"

□

भारत सुंदरी

पट्टे बापूराव ह्यांची लावणी हाये– 'मुंबई ग नगरी– बडी बाका– जशी रावणाची लंका वाजतो डंका– चहू मुलकी.' आता पट्टे बापूरावची ममई म्हंजी इलायती साहेबाची. दिव्याला त्याल न्हायी– वात न्हायी. तरी पेटतात कशी– चेततात कशी. ह्या कोड्यात बापूराव असंल. काठीला सोनं बांधून बिनधोक चालावं असी तवा ममई व्हती म्हनत्यात. पण तवाची रावणाची लंका आता जळू लागलीय. त्याल न्हायी– वात न्हायी– तर बॉम्ब पेटतात कशी आन मान्स होरपळतात कशी– इमारती कोसळतात कशी ह्या इच्याराने आता ममईवाल्याच्या डोक्याचा गोयंदा झालेला. रोम जळत असताना निरो नावाचा राजा सारंगी वाजवीत व्हता म्हनत्यात. आताही ममई होरपळत असताना, प्रेताचा खच पडला असताना, तर काय इस्पितळात दुःखानं कन्हत असताना फेमीनावाल्यांनी आपल्या लेकीबाळींना स्टेजवर नाचवलं. नुस्त नाचवलं न्हायी तर कमीत कमी कपड्यात बिकीनी की काय म्हनत्यात तसं लंगोट्यात उभं केलं. चहू मुलकी ममई गाजील– सारा तमाशा स्टार टी. व्ही. वर दावला. म्हंजी भारताची लाज आख्ख्या दुनियेनी पाहिली. ह्यातून भारताला फॉरीन चलन मिळाले म्हनत्यात. ह्या आपल्या लेकी बाळी उघड्या नागड्या नाचत असताना गानं कोनतं लावलं म्हनत्यात तर– 'हरे कृष्ण हरे राम' आपल्या देवादिकाची टवाळी व्हतेय ह्याचं भान कुनालाच नव्हतं. बजरंग दल, विहीप, भाजप, संघवाले ह्यांचा निषेध कसा बरं कानावर आला न्हायी? आपले पत्रकार! ह्यांनी तर कहरच केला मिटक्या मारीत रकानेचे

रकाने पानभर लिव्हले. लेकी बाळीचे फोटू झळ्कले.

आपला मराठी मुलूख मागं राहून कसा चालेल. मागच्या वरसी साऱ्या जगात भारत सुंदरीने पहिला नंबर लावला. आन आता भारत सुंदरीनं– आपल्या मराठी मुलखाचा नंबर लागला– जय महाराष्ट्र! पन मराठी मुलखात सुंदर कुनाला म्हनावं आन् जगाच्या सौंदर्याच्या बाजार पेठेत सुंदर कुनाला म्हनावं याचा ताळमेळ बसत न्हायी बघा. लावणीकारानं लिव्हलंय– अटकर बांधा, चाफेकळी सारखं नाक, टपोरे डोळे, गव्हाळी म्हंजी गोरापान रंग, ह्यालाच आपून सुंदर म्हनायचो. त्या वैजयंतीमाला-सारखी गुबगुबीत सशासारखी आसली, म्हंजी अशी देखणी पाहिली न्हायी.

कुनी पाहून जीव तीळतीळ तुटायचा. पन ह्या फॉरीनवाल्यांच्या सुंदरतेच्या कसोट्या लयी येगळ्या. उंच सडसडीत, लंबू टांग, गाल खपाटीला गेलेले, डोळे मिचमिचीत असले तरी चालतील. फक्त देहाची मापे त्यांच्या मापात बसायला हवी. चटपटीत बोलनं, तेही आपल्या मायबोलीतली न्हायी तर तोंडातल्या तोंडात इंग्रजाळलेले. सवालही कसे तर कोंबडी आधी की अंडं आधी. १७/१८ उभ्या. नंतर कमी व्हत पाच जणींची निवड. त्यातही दोन बाद. राहता राहिल्या तीन. त्यातून भारत सुंदरीची निवड व्हनार. ह्या निवडड्याच्या कसोट्या आगळ्या वेगळ्या. पोहताना, नाचताना, आवडी निवडी निवडताना, चालताना कश्या दिसनार ह्यावर मार्क्स ठेवलेले. मला तर स्टार टी. व्ही.वर हे सारं बघताना गावच्या जत्रेत भरलेल्या जनावरांच्या बाजाराची आठवण येत व्हती. आखुड शिंगी, दुधाळ, किती दाताची, कास किती मोठी, हायब्रीड हाये की न्हायी, ह्यातील साऱ्या कसोट्या ह्या फॉरीनच्या तर एक कसोटी मातूर खास भारतीय सुंदरी म्हणून वळखता यावी म्हणून रंग सावळा म्हंजी काळाच असावा ही अट.

ह्या काळ्या रंगावरून एक आठवलं. आपल्या देशात कुनालाही बायको हवी ती गोरी गोमटी. पन अलीकडे एक दलित लेखक भेटला. ब्लॅक इज ब्युटी म्हंजी त्याच्या भाषेत 'काळा रंग हा सुंदर असतो' असं तो सारखा सांगत आस्तो. पन त्या दिवसी भेटला तर हिरमुसला व्हऊन. म्हंगालो– काय झालं. असं वैतागल्यासारखा का?

तो म्हंगाला, काय सांगू जागल्या. एका निग्रो बाईचा पुतळा विकत घेतला. काळ्या कातळ्यासारखा- शिडशिडीत व्हता. घरी घेऊन आलो, भिंतीवर टांगला हसत बायकूला म्हंगालो, 'हा बघ पुतळा तुझ्यासारखा! बायकूनं डोक्यात राख घातली. वरवंटा घेतला आन् पुतळ्याचा चकनाचूर केला.'

□

मैमटा घेई चिमटा

दलित कवीची कविता वाचत व्हतो. दलित कवींनी आपल्या आईवर जेवढ्या कविता लिहिल्या नसतील त्याहून जास्त बाबासाहेब आंबेडकरांवर कविता लिहिल्या आहेत. ही कविता तशीच व्हती. कवी बाबासाहेबांशी बोलतोय अशा धाटणीत लिहिलेल्या कवितेच्या काही ओळी आठवतात.

> बाबा, तुम्ही म्हणता
>
> खेडी सोडा,
>
> शहराकडे चला,
>
> तीथं धर्मांधता नाही,
>
> कर्मकांड नाही,
>
> अस्पृश्यतेचे
>
> इचू इंगळ्यांचे पेव नाही
>
> बाबा, तुम्ही गेल्यापाठीमागे
>
> या शहराने आपली
>
> परंपरेची नखे
>
> बाहेर काढलीत.

ही कविता वाचताना कालपरवा एका पत्रकारानं केलेला सवाल आठवतोय. तो म्हणाला, ''आता शहरात कुठाय जातीयेता? सारं आलबेल हाये. तुमी लोक कांगावा धरत्यात'' इचू डसावा तसं वाटलं बघा. विषारी गॅस जसा दिसत न्हायी, पन अंगाला झोंबतो तसी ही शहरातली जातीयता. खेड्यात घरे जाळतात बाट धरत्यात. मोलमजुरी

बंद करत्यात. मराठवाड्यात तर अंबादास सावने देवळात शिरतो म्हणून दगडानं ठेचून मारलं, तर शहरात मेंदू कुरतडतात. खान्यापीन्यात बाट धरत न्हायीत, पन सरकारी जावई म्हणून हिनवतात. ना घरका ना घाटका असं उपरा म्हणून वागवतात. एखादी भुईनळ्याची माळ पेटत जावी तश्या एक एक घटना आठवू लागतात.

मागं एकदा डोंबिवलीला कविसंमेलनाला गेलो व्हतो. डोंबिवली म्हंजी परंपरागत संस्कृतीचं आगर झालंय. गीरगावातील पेशवाई उठली ती डोंबिवलीत जाऊन धडकली. कवितेचा शानदार कार्यक्रम पार पडला. एका महानुभवानं घरी चहाला नेलं. चहा पाजला खरा तोही चांगल्या कपात, किचनपहोत्तर घेवून गेला. आपण किती चांगलो आहोत, आमच्या बापजाद्यानं तुमचा बाट धरला, कुत्र्यामांजरासारखी वागणूक दिली. त्याचा आता राग आमच्यावर का? तुम्ही बघताय. आमी काही जातबाट बगत न्हायी. तुमी तेवढी रिझर्व्हेशनची लाचारी सोडा बुवा. असं त्याचं चऱ्हाटासारखं लांबलचक भाषण चाललेलं. घरी आनून चहा पाजला. किचनपहोतर घेवून गेला म्हंजी आपल्यावर जनू काय उपकारच करतोय असं तो वागत व्हता. भीक नको पन कुत्रं आवर असं सांगावसं वाटलं. या अहंकाराची नवी जात पाहून संताप येत व्हता. उपकाराच्या ओइयाखाली दाबत व्हता. मेमटा घेई चिमटा पन भल्या भल्याचा बोभाटा असंच वाटलं बघा.

कालपरवा तर येगळंच घडलं. गावाहून तात्या आलेला. त्याची जमीन या गावातल्या धनदांडग्यांनी बळकावलेली. जमीन म्हंजी इमानी. हाडकी हाडवळ्याची. तात्याला वाटलं, आपल्या पुतन्या ममईत. त्याच्या थोरामोठाच्या वळखी. एखादा नामचंद वकील गाठून आपल्या बाजूनी बांडी पडेल.

एका भल्या पहाटे मोठं नाव असलेल्या वकिलाकडं गेलो. सोबत तात्या होताच. तात्याची पांढरीफटक कापडं नव्हती. तात्या गावरानी दिसत व्हता. बारा मजल्यावर वकिलाचं घर. आखा माळाच वकिलाच्या मालकीचा. वकिलाचं आफीस म्हंजी डोळ्याचं पारनं फेडलं असा थाट. दोन फोन. गार वारं लागेल असा रूम. भिंतीला कपाटात भलीमोठी बुकाची रांग. बुकाच्या रांगेत आंबेडकर, फुले यांचीही बुकं व्हती. फार बरं वाटलं. तुकारामज्ञानोबा यांची वचने भिंतीला टांगलेली.

मराठा महासंघाची पाटी, आत दोन तीन तलवारी पाहून थोडासा हिरमोड झाला व्हता.

एक दोन तास झालं तरी त्याचा दोन तीन कोटीचा काथ्याकुट संपेना. पुस्तक न्याहाळ्यात, पाट्या वाचण्यात माझं येळ जाता जाईना. तात्याही आता चुळबुळ करू लागलेला. मध्येच एकदा-दोनदा त्यांचा पी. ए. फ्लॅटच्या मुतारीत जावून आला. तात्यानेही मजकडे करंगळी करून मुतारीकडे जाण्याची खूण केली. नेमकी मुतारी कुठं हाये हे जवा वकिलाला इच्चारले तेव्हा तात्याकडे पाहात वकील म्हणाले,

"हे बघा, खाली तुम्ही उतरलात की समोरच 'सुलभ शौचालय' आहे. तिथं जावून या.'' माझं तर टाळकंच फिरलं. तात्या गावरानी. कपडे आपले येडेगबाळे. त्यातही एका काळचा महार. बुद्ध झाला म्हणून काय झालं? त्याचं महारपन आजही गोचडीसारखं चिकटलेलं. घरातील मुतारी वापरू न देता, बाहेर 'सुलभ शौचालय' दाखवणारा वकील. त्याच्या घरातील आंबेडकर-फुले यांची बुके, संतांच्या वचनाच्या पाट्या– सारं सारं देखावा वाटत व्हता.

दाखवायचे दात येगळे आन खाण्याचे येगळे. मी तरातरा तात्याला घेवून खाली आलो. तात्याचा अपमान हा माझाच अपमान वाटला. रातभर झोप लागली न्हायी. माशासारखा एका कुसीवरून दुसऱ्या कुसीवर तळमळत व्हतो.

'तू या भुताटकीच्या गावातून
परागंदा होणार म्हणतोस?
अरे, असे पळून कितीसे भागणार?
तू कुठेही जाशील, जिथं पाय देशील
तिथं शेंदराच्या देवाला ठेचाळशील.'

दया पवार

'चावडी' आणि 'जागल्या' हे वेळोवेळी केलेले स्तंभलेखन असून ते सरळ दोन कप्पे आहेत. तोंडवळा भिन्न असला, तरी सामाजिक बांधिलकीचे सूत्र दोन्ही भागांत कायम दिसेल.

'जागल्या'चा तोंडवळा हा तसा गावरानी ढंगातला. लेखकाच्या लहानपणापासून हा जागल्या त्यांच्या मनात दडून बसलेला आहे. मनात येईल ते सरळ बोलावे, कुणाच्याही दबावाखाली वावरू नये, अशी माणसे त्यांनी खेड्यात पाहिलेली. पुढे माणूस जसा मध्यम वर्गात येत जातो, तसे त्याच्या सर्वच वृत्ती कासवाच्या अवयवासारख्या आकुंचित होतात. जागल्याचा विनोद (विनोद शब्द अपुरा वाटतो) उपहास म्हणायला हवा. हा अनेकांना बोचरा वाटतो. आपले समाजमन किती बंदिस्त आहे, याचीही प्रचीती येत जाते.

www.ingramcontent.com/pod-product-compliance
Lightning Source LLC
LaVergne TN
LVHW090103180726

843489LV00002B/748